വനാന്തരത്തിലെ പക്ഷികൾ

vanatharathile pakshikal
stories

•

c k shantha

•

first edition
july 2019

•

typesetting
sreebhadra, thiruvananthapuram

•

published
chintha publishers, thiruvananthapuram

•

cover
vinod mangoes

വിതരണം

ദേശാഭിമാനി ബുക്ക് ഹൗസ്

H O തിരുവനന്തപുരം-695 035
phone: 0471-2303026, 6063026
www.chinthapublishers.com
chinthapublishers@gmail.com

ബ്രാഞ്ചുകൾ

ഹെഡ്ഡാഫീസ് ബ്രാഞ്ച് കുന്നുകുഴി • സ്റ്റാച്ച്യു തിരുവനന്തപുരം • കെ എസ് ആർ ടി സി ബസ് സ്റ്റേഷൻ ആലപ്പുഴ • കെ എസ് ആർ ടി സി ബസ് സ്റ്റേഷൻ എറണാകുളം • ഐ ജി റോഡ് കോഴിക്കോട് • മാവൂർ റോഡ് കോഴിക്കോട് • എൻ ജി ഒ യൂണിയൻ ബിൽഡിങ് കണ്ണൂർ • സെൻട്രൽ ബസ് ടെർമിനൽ കോംപ്ലക്സ് താവക്കര കണ്ണൂർ

CO - 2829 / 5092
ISBN - 978-93-88485-89-0

വനാന്തരത്തിലെ പക്ഷികൾ

(കഥകൾ)

സി കെ ശാന്ത

ചിന്ത പബ്ലിഷേഴ്സ്
തിരുവനന്തപുരം-695 035

സി കെ ശാന്ത

തൃശൂർ ജില്ലയിലെ വാടാനപ്പള്ളിയിൽ ജനനം. ഹൈസ്കൂൾ അദ്ധ്യാപികയായിരുന്നു. *അത്മാബിയുടെ സ്വപ്നം*, (കഥകൾ), *എന്റെ ആഫ്രിക്കൻ ദിനങ്ങൾ* (യാത്രാവിവരണം) എന്നീ ഗ്രന്ഥങ്ങൾ പ്രസിദ്ധീകരിച്ചിട്ടുണ്ട്.

വിലാസം : ഉപാസന
അയ്യന്തോൾ
തൃശൂർ

ഫോൺ : 9495169593

ഉള്ളടക്കം

പ്രസാധകക്കുറിപ്പ്

ചുറ്റും അരക്ഷിതമായിക്കൊണ്ടിരിക്കുന്ന പെൺജീവിതത്തിന്റെ ഉൽക്കണ്ഠകളാണ് സി കെ ശാന്തയുടെ കഥകൾ. പല വർണ്ണങ്ങളാൽ വരയ്ക്കപ്പെട്ട പെൺചിത്രങ്ങൾക്ക് അപാരമായ ഭാവപ്പൊരുത്തം. ആൺകോയ്മയുടെ അദൃശ്യ വേലികൾക്കുള്ളിൽ സ്വയം വെട്ടിച്ചുരുക്കുന്ന ജീവിതത്തിനുള്ളിൽ വിങ്ങിയമരുന്ന സ്ത്രീകളുടെ ചിത്രങ്ങൾക്ക് ജീവിതഗന്ധമുണ്ട്.

ചിന്ത പബ്ലിഷേഴ്സ്

മനസ്സ് എന്ന ഭാരം

ചുട്ടുപഴുത്ത മേൽക്കൂരയ്ക്കു കീഴിൽ, നാല്പതോളം മൊട്ടുകൾക്കു മുന്നിൽ രാധ ടീച്ചർ ഒരു വിടർന്ന പൂവായി. ഉഷ്ണക്കാറ്റിൽ, ജ്വാലയിൽ ഉരുകി മൊട്ടുകളുടെ മുഖം ചുവന്നു കരിഞ്ഞു.

പിൻകഴുത്തിലൂടെ ഒഴുകിയെത്തിയ വിയർപ്പ് സാരിത്തലപ്പുകൊണ്ട് ഒപ്പി ടീച്ചർ ക്ലാസ് മുറിയാകെ ഒന്നു കണ്ണോടിച്ചു.

ഇനിയും തുടരണോ?

പ്രതികരണം മോശം... വേണ്ട... നിർത്തിയേക്കാം.

പിൻനിരയിൽനിന്ന് പെൺകിടാങ്ങളുടെ നിശ്വാസങ്ങളുയർന്നു...

തുടർച്ചയായി രണ്ടു പിരിയഡ് ഒരേ ഇരിപ്പ്.

മരവിച്ച കൈകാലുകൾ മോചനം തേടി.

ഞെളിപിരികൊള്ളുന്നവരുടെ കൈകൾ അവരറിയാതെ പൊങ്ങി.

ആലസ്യത്തോടെ തുറന്ന വായ രാധടീച്ചറുടെ ദൃഷ്ടിയേറ്റ് പൊടുന്നനെ അടഞ്ഞു!

ബോർഡിലെ വെളുത്ത അക്കങ്ങൾ അവരുടെ അവഗണനയിൽ മരവിച്ചു കിടന്നു....

വർക്കുബുക്കിൽ കുറെ അക്കങ്ങളും രേഖകളും കോറിവെച്ച് അവർ ടീച്ചറെ കബളിപ്പിച്ചു.

അടയാൻ മടിച്ചുനില്ക്കുന്ന ജാലകപ്പഴുതിലൂടെ അവരുടെ കണ്ണുകൾ 'കിഡ്സ്ടീസ് കോർണറി'ലേക്കു പാഞ്ഞു. അവിടെ തൂങ്ങിയാടുന്ന കുഞ്ഞുടുപ്പുകളുടെ വർണ്ണങ്ങളിൽ അവ പാറിനടന്നു....

ടീച്ചറുടെ ചുട്ടനോട്ടങ്ങൾ കണ്ണുകളെ തടവിലിട്ടപ്പോൾ അവരുടെ കാതുകളുണർന്നു.

നീണ്ട വിസിലടികേട്ട് 'ബിനുമോൻ' സ്കൂൾ ഗേറ്റിനു മുന്നിൽത്തന്നെ

ഞരങ്ങിനിന്നു.

ഓടുമ്പോൾ മാത്രം കേൾക്കാൻ കഴിയുന്ന സിനിമാപ്പാട്ടുകളുടെ കോരിത്തരിപ്പിക്കുന്ന ഗാനധാരയ്ക്കായി അവർ കാതോർത്തു.

ചിലരുടെ കണ്ണുകൾ തടവുചാടി കണ്ടക്ടറുടെ കണ്ണുകളുമായി കൂട്ടിമുട്ടി.... കൂമ്പി. അവർ ക്ലാസിനെ മറന്നു....

ടീച്ചറെ മറന്നു.... തങ്ങളെത്തന്നെ മറന്നു.... മുൻനിരയിലുള്ള ചെറിയ കുട്ടികൾ മാത്രം വലിയ വ്യഗ്രതയോടെ ബോർഡിലെ അക്കങ്ങളും രേഖകളും കോരിക്കുടിച്ചു.

അവരുടെ ഇല്ലാത്ത ആവേശംകണ്ട് രാധടീച്ചർക്കു ചിരിവന്നു.

കണ്ണുകൾ വാച്ചിന്റെ സൂചികളിൽ തങ്ങി നിന്നപ്പോൾ അവർ ഓർത്തു.

നമ്പ്യാർക്കിന്നെന്തു പറ്റി? ബെല്ലടിക്കുന്ന കാര്യത്തിൽ ഒരിക്കലും പിഴ പറ്റാറില്ലാത്തതാണല്ലോ.

'ബിനുമോനും' കൂടി പോയിക്കഴിഞ്ഞാൽ പിന്നെ എന്തു പഠിപ്പാണ് എന്ന മട്ടിൽ ചിലർ സൂത്രത്തിൽ മുടിയഴിച്ചുകെട്ടി.

കൈ അമർത്തിത്തുടച്ചു.

പാവാടച്ചരട് അയച്ചുവെച്ചു. ഇനി ചോറ്റുപാത്രം എടുക്കുകയേ വേണ്ടൂ.

ടീച്ചറുടെ മുഖത്തു കണ്ണുകളുറപ്പിച്ചുകൊണ്ടുതന്നെ മെലിഞ്ഞ കൈകൾ നീണ്ടു.

ശ്രദ്ധാപൂർവ്വമായ അശ്രദ്ധയോടെ ടീച്ചർ ഇതെല്ലാം കണ്ടുനിന്നു.

പ്യൂൺ നമ്പ്യാരുടെ നിഴൽ വരാന്തയിലൂടെ നീങ്ങുന്നതു കണ്ട ഉടനെ സ്പ്രിങ് പാവകളെപ്പോലെ പലരും ഇരിപ്പിടങ്ങളിൽനിന്ന് പൊങ്ങി.

കൈ കഴുകിയേ ഉണ്ണാവൂ എന്നു നിർബ്ബന്ധമുള്ളവർ മാത്രം വെള്ളം നിറച്ചുവെച്ച കുപ്പികൾ കൈയിലെടുത്ത് അക്ഷമരായി.

അവരെ അധികം പരീക്ഷിക്കാതെ രാധടീച്ചർ പുറത്തുകടന്നു.

നാലു പിരിയഡുകളിലെ നിരന്തരമായ കണ്ഠക്ഷോഭം ആകെ തളർത്തിക്കളഞ്ഞിരിക്കുന്നു.

വരണ്ട തൊണ്ട ഉമിനീരുകൊണ്ടുമാത്രം നനയാൻ കൂട്ടാക്കിയില്ല.

ചെന്നിയിലെ ഞരമ്പുകൾ പിടയ്ക്കാൻ തുടങ്ങിയിരിക്കുന്നു.

വേഗം സ്റ്റാഫ് റൂമിലേക്ക് നടന്നു.

ടീച്ചർ... ടീച്ചർ... പിന്നിൽ കിതപ്പിന്റെ താളം. താൻ ചാർജ്ജുള്ള ക്ലാസിന്റെ ലീഡറാണ്; ഗീത.

അകമ്പടിയായി വേറെ മൂന്നുപേർ.

ഉം...? എന്തേ?...

"ലതയുടെ കളവുപോയ പത്തുരൂപ കാണുന്നില്ല ടീച്ചർ."

ദേഷ്യപ്പെടാൻ അവസരം നല്കാതെ അകമ്പടിക്കാരിലൊരുവൾ കൂട്ടിച്ചേർത്തു.

"ലത ഇന്നു പുറത്തു പോയിട്ടേയില്ല ടീച്ചർ, അവളുടെ ബോക്സി

ലാണ് വെച്ചിരുന്നത്."

"ലത കരയുന്നു ടീച്ചർ."

പുറകിൽനിന്നു മറ്റൊരുത്തി.

"ആഹാ. എന്നിട്ടു താനെന്താ കൂടെ കരയുന്നില്ലേ?"

അവൾ ഗീതയുടെ പിന്നിലൊളിച്ചു.

"ഇപ്പോൾത്തന്നെ നോക്കണം. എല്ലാവരെയും പരിശോധിക്കണം. ആരെയും പുറത്തുവിട്ടിട്ടില്ല."

ഗീത അവളുടെ ഉത്തരവാദിത്വം നിറവേറ്റുന്നു.

"ഉച്ചയ്ക്ക് ഒരു പീരിയഡ് കഴിഞ്ഞാൽ സ്കൂൾ വിടുകയല്ലേ... എല്ലാവരും പോകും മുമ്പ്.... അതാണ് ആരെയും പുറത്തുവിടാതിരുന്നത്."

ആ ഔചിത്യത്തിന് അവളെ അഭിനന്ദിക്കാതെ നിവൃത്തിയില്ല.

"താൻ മിടുക്കിയാണല്ലോ..."

അവളുടെ കണ്ണുകളിൽ പൂത്തിരി.

"ശരി. നടക്കൂ.."

എട്ടാംതരം ബിയുടെ വാതില്ക്കൽ തേനീച്ചക്കൂട്.

വിശപ്പ് മറന്ന്, കളിമറന്ന്, കാഴ്ച കാണാനെത്തിയവർ!

ആരെയും പുറത്തുവിടാതിരിക്കാനുള്ള ബലപരീക്ഷണത്തിൽ അസിസ്റ്റന്റ് ലീഡർ തളരുകയാണ്.

ടീച്ചറെ കണ്ടതും തേനീച്ചകൾ മൂളിയകന്നു...

അവർ ജനലരികിൽ പറ്റിനിന്ന് രംഗനിരീക്ഷണം തുടങ്ങി.

"എല്ലാവരും ഇരിക്കിൻ."

ഡസ്കുകൾ ഇളകി. ബെഞ്ചുകൾ ഞരങ്ങി. പെട്ടികൾ തുറന്നടഞ്ഞു. ചോറ്റുപാത്രം മാത്രം കൈകളിൽ തങ്ങി.

എല്ലാവരെയും ഒന്നു വിലയിരുത്തി. പരുങ്ങിയ ചിലരെ ഒന്നുകൂടി തറപ്പിച്ചു നോക്കി.

"പോയി ഊണു കഴിച്ചു വരിൻ."

വിസ്താരം ഇത്രവേഗം കഴിഞ്ഞോ?

എല്ലാ കണ്ണുകളിലും അമ്പരപ്പ്! കാഴ്ചക്കാർ നിരാശരായി!

ഓരോരുത്തരായി പാത്രവുമെടുത്ത് നടന്നു.

ഗീത സംശയിച്ചുനിന്നു.

"എന്താ ഗീതയ്ക്ക് വിശപ്പില്ലേ?"

"ഇല്ല ടീച്ചർ."

"എന്നാൽ ചോറ്റുപാത്രമിങ്ങുതരൂ. എനിക്കു നല്ല വിശപ്പുണ്ട്."

അവൾ നാണിച്ച് ഓടിപ്പോയി. ലതയുടെ കണ്ണ് തോർന്നിട്ടില്ല.

രണ്ടു കുട്ടികൾ വെറുംകൈയോടെ ഇറങ്ങുന്നതു കണ്ടപ്പോൾ ഉള്ളിലൊരു നീറ്റൽ! മനസ്സിൽ ഇരുപതുവർഷം മുമ്പത്തെ രാധ എന്ന പെൺകുട്ടി!

കൈകഴുകാനെന്ന ഭാവത്തിൽ ടാപ്പിന്റെ അടുത്തുചെന്ന് വെള്ളം കുടിക്കുന്ന അവരുടെ ചിത്രം മനസ്സിന്റെ ആഴങ്ങളിൽ നുരയിട്ടു.

മടിച്ചുമടിച്ചു നീങ്ങുന്ന രണ്ടു കുട്ടികൾ! ചകിതമായ കണ്ണുകൾ വിളിച്ചുപറയുന്നതെന്താണ്? ഇടതുകൈയിൽ എന്തോ മറച്ചു പിടിച്ചിരിക്കുന്നതു പോലെ തോന്നി.

പുറത്തു കടന്ന ഉടനെ, ഇല്ലാത്ത ചോറ്റുപാത്രം പാവാടച്ചുരുക്കിലൊളിപ്പിച്ചിരുന്ന അവരുടെ കൈകൾ സ്വതന്ത്രമായതു കണ്ട് സ്തംഭിച്ചുപോയി.

ഇല്ലായ്മ ഒളിപ്പിക്കാൻ വെമ്പുന്ന അവരുടെ പാരവശ്യം!

വാടുന്ന ഇളംകൂമ്പുകൾ!

അവയുടെ നോവുകൾ!

ആ കാഴ്ചയുണർത്തിയ അസ്വസ്ഥത മനസ്സിന്റെ തീരങ്ങളിലെവിടെയോ അലതല്ലി.... ചിതറി....

രണ്ടായിരത്തോളം കുട്ടികൾ. ഇതിലും ദുരിതമനുഭവിക്കുന്നവർ കാണും. അവരെക്കുറിച്ചൊക്കെ ചിന്തിച്ച് നീറാൻ തുടങ്ങിയാൽ...?

അവർ ചിന്തകൾക്ക് കടിഞ്ഞാണിട്ടു.

ആർദ്രത അലിയിച്ചു കളഞ്ഞ് ദൃഷ്ടികളിൽ രൂക്ഷതയുടെ പരിവേഷമണിഞ്ഞപ്പോൾ കണ്ടു. പരിഭ്രമിച്ച മുഖം!

ഡെയ്സി!

പുറത്തുചാടാൻ വെമ്പിനില്ക്കുന്ന വലിയ കണ്ണുകളും ചുള്ളിക്കമ്പുപോലുള്ള കൈകളുമുള്ള ഡെയ്സി.

തുടരെത്തുടരെ മൂന്നു കുറ്റങ്ങളിൽ പ്രതിയായി ഒരിക്കൽ ഡെയ്സി ഹാജരാക്കപ്പെട്ടു.

ക്ലാസിൽ രചനാപുസ്തകം കൊണ്ടുവന്നിട്ടില്ല.

ആവർത്തിച്ചു നിർദ്ദേശിച്ചിട്ടും യൂണിഫോമിടാതെ വന്നിരിക്കുന്നു.

നമ്പ്യാരുടെ മിന്നൽ പര്യടനത്തിൽ നെല്ലിക്ക കച്ചവടക്കാരന്റെ സമീപത്തുനിന്നും കൈയോടെ പിടിക്കപ്പെടുകയും....

അലംഭാവം,

അനുസരണക്കേട്,

ധിക്കാരം!

ഇനിയെന്തു വേണം?

വിസ്തരിച്ചപ്പോൾ....

രചനാപുസ്തകം ഇതുവരെ വാങ്ങിയിട്ടില്ല.

പിന്നെ ഇത്രയും നാൾ....?

ഹിന്ദി രചനാപുസ്തകത്തിന്റെ മറുവശത്ത്.

ഹിന്ദി ടീച്ചർ ലീവു കഴിഞ്ഞെത്തിയതിന്റെ കുഴപ്പം.

"നമ്മുടെ സ്കൂളിൽ യൂണിഫോം നിർബ്ബന്ധമാണെന്നറിയില്ലേ? അഡ്മിഷൻ സമയത്ത് പറഞ്ഞിരുന്നല്ലോ."

മൗനം.

വലിയ മിഴികളിൽ പെയ്യാൻ നില്ക്കുന്ന കർക്കിടകക്കാറ്.

കണ്ണുനിറച്ചു നിന്നിട്ടെന്തു കാര്യം?

"ദേവി വന്നിട്ടില്ല!"

തേങ്ങലിലൂടെ തെറിച്ചുവീണ വാക്കുകൾ.

"ദേവിയോ?..."

അമ്മയുടെ കണ്ണുവെട്ടിച്ച് രണ്ടു പാവാടയിട്ടുവരുന്ന ദേവി.

സ്കൂളിൽ വന്നാൽ ഒന്ന് ഡെയ്സിക്ക്. അവളെ പിഴയിൽനിന്ന് രക്ഷിക്കുന്ന സുഹൃത്ത്!

തല താഴ്ന്നു....

മൂന്നാമത്തെ കേസ്....

ഇനിയും ഇതുപോലൊരു മറുപടി കേൾക്കാൻ?

വണ്ടിത്തണ്ടു വീണ് കാലിൽ നീരു മുറ്റിയിരിക്കുന്ന അപ്പൻ...

വീട്ടുവേലക്കാരിയായ അമ്മ...

വയ്യ.... വിസ്താരം നിർത്തി. ഇനി ഇതൊന്നും ആവർത്തിക്കില്ലെന്ന് സമ്മതിപ്പിച്ച് പ്രതിയെ അന്ന് വെറുതെ വിട്ടു. കുട്ടികളെ ശിക്ഷിക്കാതെ വഷളാക്കുന്നത് രാധയാണ് എന്ന സഹപ്രവർത്തകരുടെ പരാതി ബാക്കി.

പ്രതീക്ഷിച്ചതിലും വേഗത്തിൽ എല്ലാവരും ഊണു കഴിച്ചെത്തി.

ലതയെ വിളിച്ചു രൂപ കൊടുത്തു; ഒരു താക്കീതോടുകൂടി.

എല്ലാ മുഖങ്ങളും വിടർന്നു....

അത്ഭുതവും ജിജ്ഞാസയും കൂടിക്കുഴഞ്ഞ് അവർക്ക് വീർപ്പുമുട്ടി.

"കിട്ടിയോ?"

"എവിടെനിന്ന്?"

"ആരുടെ സഞ്ചിയിൽനിന്ന്?"

കണ്ണുകൾ പരസ്പരം ആരാഞ്ഞു. ചോദിക്കാൻ മാത്രം ധൈര്യം ആരും കാണിച്ചില്ല.

ഡെയ്സിയുടെ മുഖം കല്പിച്ചു. അവളറിയാതെ ഒരു ദീർഘ നിശ്വാസം ഉയർന്നു പിടഞ്ഞമർന്നു.

ഉണങ്ങിവരണ്ട ചുണ്ടുകൾ നനയ്ക്കാൻ അവളൊരു വൃഥാ ശ്രമം നടത്തി.

ക്ലാസിൽ നിന്നിറങ്ങും മുമ്പ് പിന്നിൽ ആരവം.

സ്റ്റാഫ് റൂമിന്റെ വാതില്ക്കലെത്തും മുമ്പേ കേട്ടു.

ഇക്കൊല്ലത്തെ അവാർഡ് നമ്മുടെ രാധടീച്ചർക്കു തന്നെ.

ചൂടോടെ അടഞ്ഞിരുന്ന പാത്രങ്ങളിൽ നിന്നുയർന്ന പല പല ഗന്ധങ്ങളും ചേർന്ന് ഒരു ദുർഗ്ഗന്ധമായി മൂക്കിലിടിച്ചു കയറിയപ്പോൾ സഹപ്രവർത്തകയുടെ പരിഹാസത്തിനു മറുപടിയായി മൂക്കു ചുളിച്ചു.

"അതിന് രാധടീച്ചർ പാൽപ്പൊടിയൊന്നും കട്ടു വിറ്റില്ലല്ലോ." രമണിയുടെ കമന്റ്.

"അല്ല, ഉച്ചയ്ക്ക് ഊണുപോലും കഴിക്കാതെയുള്ള പഠിപ്പിക്കലല്ലേ..."

"എന്താ രാധേ പിള്ളേര് വല്ലതും ഒപ്പിച്ചോ?"

സൂസൻ വർഗ്ഗീസ്

എല്ലാവർക്കും മറുപടിയായി ഒരു പുഞ്ചിരി സമ്മാനിച്ച് ടിഫിൻ കാരിയർ തുറന്നു.

തന്റെ നിഗമനം ശരിതന്നെയെന്ന് കരുതി സൂസൻ വാചാലയായി.

"ഈ ജന്തുക്കൾ ഒരു ശ്രദ്ധയുമില്ലാതെയാണ് സ്കൂളിൽ വരിക. വളരുന്നു എന്ന ബോധം ഇതുങ്ങൾക്കില്ലെങ്കിൽ ഇതുങ്ങടെ തള്ളമാർക്കു വേണ്ടേ? ഈ കഴിഞ്ഞ ആഴ്ച ഒരുത്തി എന്നെ പറ്റിച്ചു. രൂപ പന്ത്രണ്ട് പോയത് എന്റെ പേഴ്സിൽനിന്ന്."

"എന്തിന്?" ശാന്തമ്മയുടെ കുസൃതിച്ചോദ്യം.

"എന്തിനെന്നോ? എനിക്കു പറയാൻ മടിയൊന്നുമില്ല. കെയർ ഫ്രീ വാങ്ങാൻ...."

"ആയ്... ആയ്... ഉണ്ണുമ്പോൾ പറയാൻ കണ്ട ഒരു കാര്യം."

അമ്പത് കഴിഞ്ഞ അമ്മു ടീച്ചറുടെ മുഖം ചുളിഞ്ഞു.

തണുത്തു വിറങ്ങലിച്ച ചോറിൽ മോരോഴിച്ചു കുഴച്ചുകൊണ്ടിരുന്നപ്പോൾ ബോധമണ്ഡലം മറ്റെങ്ങോ അലഞ്ഞു. തമാശപറച്ചിലും കൂട്ടച്ചിരിയും മറ്റേതോ ലോകത്തുനിന്നാണെന്ന് തോന്നി.

കണ്ണുകൾ ജനൽപ്പാളികളിലൂടെ പുറത്തേക്ക് സഞ്ചരിച്ചപ്പോൾ അല്പം അകലെ യൂക്കാലിപ്റ്റസ് മരത്തിന്റെ ചുവട്ടിൽ...

തന്റെ കുട്ടികൾ!

ഇല്ലാത്ത ചോറ്റുപാത്രം ഒളിപ്പിച്ചവർ....

എല്ലാ വിലങ്ങുകളും പൊട്ടിച്ച് അവരുടെ നാവുകൾ പച്ചനെല്ലിക്കയുടെ രുചി അറിയുന്നുണ്ടാകും.

വിശപ്പ് താനേ കെട്ടു.

ആരും കാണാതെ പാത്രം അടച്ചു വെച്ചു.

കോലാഹലം കേട്ടാണ് കണ്ണുതുറന്നത്. മേശയിൽ തലചായ്ച് ഒന്ന് മയങ്ങിപ്പോയി.

ബല്ലടിച്ചു, കിളിയൊഴിഞ്ഞ കൂടുപോലെ സ്റ്റാഫ് റൂം നിശ്ശബ്ദമായി.

"രാധടീച്ചർ വരുന്നോ?"

"നേരത്തെ ചെന്നാൽ മക്കൾക്കെന്തിലും പലഹാരമുണ്ടാക്കിവെക്കാം."

രമണി വിളിച്ചു.

"ഇല്ല. ഞാനല്പം കഴഞ്ഞിട്ടേ വരുന്നുള്ളൂ. തല വേദനിക്കുന്നു. വെയിലിന്റെ ശക്തി ഒന്നു കുറയട്ടെ."

അങ്ങനെ രമണിയോട് പറഞ്ഞെങ്കിലും താമസിയാതെ പുറപ്പെട്ടു.

കുട്ടികളെല്ലാം പോയിക്കഴിഞ്ഞിട്ടും പടിവാതിലിനരികിൽ നില്ക്കുന്നതാരാണ്?

ഡെയ്സി മെല്ലെ കടന്നുവന്നു.

ചോദ്യഭാവത്തിൽ മുഖമുയർത്തി.

മറുപടി ഒരു പൊട്ടിപ്പെയ്യലായിരുന്നു.

പെയ്യട്ടെ. പെയ്തൊഴിട്ടെ.

"ടീച്ചർ.........."

ചുരുട്ടിമടക്കി, വിയർപ്പിൽ കുതിർന്ന കടലാസുകഷണം അവളുടെ

കൈയിലിരുന്നു ഞെരിഞ്ഞു.

"സാരമില്ല കുട്ടീ. എന്തായിരുന്നു ഇത്ര അത്യാവശ്യം?"

"അമ്മ........."

ഗദ്ഗദം കൊണ്ട് അവൾക്ക് തുടരാനായില്ല!

"എന്തുപറ്റി അമ്മയ്ക്ക്?"

"മൂന്നുമാസമായി ആശുപത്രിയിലാണ്. ഇപ്പോൾ സൂക്കേട് വളരെ കൂടുതലാണ് എന്ന് പറഞ്ഞു. ഇന്ന് മുറിയിലിട്ടടയ്ക്കുമെന്ന് പറഞ്ഞിട്ടുണ്ട്."

ഒട്ടൊരു പരിഭ്രമത്തോടെ, കണ്ണീരടങ്ങിയ ആ പതിമൂന്നുകാരിയുടെ മുഖത്തെ ഭാവം വായിക്കാനാകാതെ രാധ ടീച്ചർ വിവശയായി നിന്നു.

"അമ്മയ്ക്ക് വിശപ്പ് സഹിക്കില്ല. എത്ര കിട്ടിയാലും ഉണ്ണും.... ഇന്നലെ എന്നോട് കരഞ്ഞു പറഞ്ഞു. അപ്പച്ചനോട് പറഞ്ഞ് ഒരു പകർച്ചച്ചോറ് വാങ്ങിത്താടി മോളേ എന്ന്. എന്നെ എപ്പോ കണ്ടാലും തിരിച്ചറിയും."

"ആശുപത്രിയിൽനിന്ന് ഭക്ഷണം കൊടുക്കില്ലേ?"

"കൊടുത്താൽ പിറ്റേന്ന് മുറി മുഴുവൻ വൃത്തികേടാക്കുമെന്ന് പറഞ്ഞ് അവിടത്തെ ജോലിക്കാർ അമ്മയ്ക്കൊന്നും കൊടുക്കില്ല. അപ്പച്ചൻ പറഞ്ഞത് അവളുടെ അഹമ്മതി കുറയട്ടെ എന്നാണ്."

ഡെയ്സിയുടെ ശബ്ദം കനത്തു.... "ഇന്ന് രാത്രി അവർ അമ്മയെ ചങ്ങലയ്ക്കിടും."

രക്തം വാർന്നുറഞ്ഞ ആ കൊച്ചുമുഖത്ത് നിശ്ചയദാർഢ്യം വന്നുദിച്ചു.

"ഇന്നെങ്കിലും എന്റെ അമ്മയ്ക്ക് വയറുനിറയെ...."

ജടകെട്ടിയ തലമുടിയുമായി, വെളിച്ചം കുറഞ്ഞ മുറിയിൽ കീറപ്പായിൽക്കിടന്ന് ചങ്ങല കിലുക്കുന്ന ഒരു പ്രാകൃത രൂപത്തിന്റെ വികൃത ശബ്ദം എവിടെയൊക്കെയോ മാറ്റൊലിക്കൊണ്ടു.

ഡെയ്സിയുടെ വരണ്ട കണ്ണുകളിലേക്ക് ഒരിക്കൽക്കൂടി നോക്കാൻ ധൈര്യം പോരാതെ, ഹൃദയത്തിൽ ഒരു പത്തുരൂപാ നോട്ടിന്റെ ഭാരവുമായി രാധടീച്ചർ നിന്നു.

നീലക്കുന്നുകളുടെ നിഴൽ

രണ്ടാം ശനിയാഴ്ച!

മാസത്തിലൊരിക്കൽ മാത്രം ലഭിക്കുന്ന അസുലഭാവസരം. സംസ്ഥാനത്തിന്റെ രണ്ടു കോണുകളിൽ ജോലിചെയ്യുന്ന ദമ്പതികളുടെ സമാഗമം.

യാത്ര. ഒരു ദിവസം മുഴുവൻ. നാലു കൂറ്റൻ മലകൾക്കിടയ്ക്ക് കുടുങ്ങിക്കിടക്കുന്ന സുഖവാസകേന്ദ്രത്തിലേക്ക്. അവിടെ ഇപ്പോൾ ആണ്ടുതോറും നടക്കുന്ന ആഘോഷം. ഫ്ളവർഷോ.

കുലാംഗനമാരുടെ ഒരു വർഷത്തെ ശുശ്രൂഷ പിടിച്ചുപറ്റിയ പൂച്ചെടികൾ അണിഞ്ഞൊരുങ്ങി നില്ക്കുന്ന മത്സരവേദി.

ആഘോഷങ്ങൾക്ക് ചരടുപിടിക്കേണ്ടവരിൽ ഒരുവനായിപ്പോയി ഭർത്താവ്. നിസ്സഹായതയുടെ സ്വരം ഉത്സാഹത്തിൽ പൊതിഞ്ഞ് എഴുതിയിരിക്കുന്നു:

ഈ മാസത്തിലും എനിക്കുവരാനൊക്കില്ല. മീനു ഇങ്ങോട്ടുപോരൂ. ഇവിടെ ഫ്ളവർഷോയുടെ തിരക്കാണ്. ഇക്കൊല്ലം വളരെ കേമമായിട്ടാണ്. യാത്രാനുവാദത്തിനു വേണ്ടിയുള്ള ശ്രമത്തിൽ പരിഹാസങ്ങൾ, കുറ്റപ്പെടുത്തലുകൾ, ശാസനകൾ എല്ലാം ഏറ്റുവാങ്ങാൻ അവൾ മനസ്സിനെ ശിലയാക്കി.

രണ്ടു ദിവസത്തേക്കെങ്കിലും എല്ലാറ്റിൽനിന്നും മോചനം നേടിയല്ലോ എന്ന ആശ്വാസത്തോടെ യാത്ര!

മലകൾ മുഖം കറുപ്പിക്കുമ്പോഴേക്കും അങ്ങു ചെന്നെത്താനുള്ള വെമ്പൽ.

തിളയ്ക്കുന്ന നഗരത്തിൽ ബസിറങ്ങി ആൾക്കൂട്ടത്തിൽ അലിഞ്ഞു. മലകയറിപ്പോകുന്ന കറുത്ത വീതികുറഞ്ഞ നിരത്തിൽ കണ്ണുനട്ടു.

കോടയിറങ്ങുമ്പോഴേക്കും അങ്ങെത്തിപ്പെടാനുള്ള വ്യഗ്രത.

കെ എസ് ആർ ടി സി ബസ് വലിയ ഒരിരമ്പത്തോടെ വന്നുനിന്നു. ജനങ്ങളുടെ ആരവത്തിൽ ഉച്ചഭാഷിണിയുടെ സ്വരം വികലമായി. കവാടം തുറന്നമാത്രയിൽ ചമയ്ക്കപ്പെട്ട ചക്രവ്യൂഹം.

ആർക്കും ഇറങ്ങാനോ കയറാനോ കഴിയാതെ വന്ന നിമിഷങ്ങൾ.

ഡ്രൈവർ ഇറങ്ങിനിന്ന് നിസ്സംഗതയോടെ കാഴ്ച കണ്ടു.

തോൽസഞ്ചിക്കാരന്റെ ശബ്ദം തിരക്കിൽ മുങ്ങി മരിച്ചു.

ഛർദ്ദിച്ചിട്ടതിലും കൂടുതൽ അകത്താക്കി, നടുവിൽ മഞ്ഞവരയുള്ള ചുവപ്പൻ ബസ് ചെമ്പൻ കാളയെപ്പോലെ വീർത്തു വിങ്ങി.

തോറ്റുനില്ക്കുന്നവരെ പുച്ഛത്തോടെ നോക്കി, ചെവിയാട്ടി, കുലുങ്ങിയാടി, മുക്രയിട്ട് കാള കുന്നുകയറി.

കണ്ണുകൾ നിറഞ്ഞുപോയോ?

അര മണിക്കൂറിനകം ഒരു സ്വകാര്യ ബസ് വരാനുണ്ട്.

സഹതാപം തോന്നിയിട്ടായിരിക്കണം ഒരു ചെറുപ്പക്കാരൻ ആശ്വസിപ്പിച്ചു.

“അല്ലെങ്കിലും അവന്മാർക്കൊന്നും കണ്ണും മൂക്കുമില്ലെന്നേ. ചക്രം കൈയിൽ കിട്ടിയാൽ പിന്നെ ലക്കുംലഗാനുമില്ല. പ്രൈവറ്റുകാർക്ക് അല്പം കൂടി സൂക്ഷ്മത കാണും.”

തോല്വി പറ്റിയ ഒരു കാരണവരുടെ ആത്മഗതം.

ഇനി അതേ ഗതിയുള്ളു എന്നാശ്വസിച്ചു.

“ഞാൻ ഒരു സീറ്റു പിടിച്ചുതരാം.” ചെറുപ്പക്കാരൻ സഹായഹസ്തം നീട്ടുകയാണ്.

ഏത് തരക്കാനാണാവോ. ഏതായാലും നിരസിക്കാൻ പോയില്ല. വൃദ്ധൻ അയാളെ വെറുപ്പോടെ നോക്കി. തൊലി വെളുത്ത ഒരു പെണ്ണിനെ കണ്ടപ്പോൾ അവന്റെ ഒരു മഹാമനസ്കത എന്നാവാം നോട്ടത്തിന്റെ അർത്ഥം.

തന്റെ പ്രതികരണം അയാൾ പ്രതീക്ഷിക്കുന്നില്ല എന്നുള്ളത് അല്പമൊരത്ഭുതത്തോടെ മനസ്സിലാക്കി.

മൂർദ്ധാവു പുകയുന്നു. അപ്പോഴാണ് പൊരിവെയിലത്ത് നില്ക്കുകയാണെന്ന ബോധമുദിച്ചത്.

ബസ്സ്റ്റോപ്പിൽ സൂചികുത്താനിടമില്ല. തട്ടിയും മുട്ടിയും നീങ്ങുന്ന ഒരു സംഘം പൂവാലന്മാർ.

ബാഗ് താഴെ വെച്ച് ഒരു വിധത്തിൽ ഒതുങ്ങിനിന്നു.

പുറപ്പെടുമ്പോഴത്തെ ആവേശമെല്ലാം ആറിത്തണുത്തിരിക്കുന്നു.

തന്റെ നേർക്കുവരുന്ന കുത്തുവാക്കുകൾ മുഴുവൻ വായ്ത്തല കൂർപ്പിച്ച് തിരിച്ചെഴുതുമ്പോൾ ഉള്ളിന്റെയുള്ളിൽ ആരോടൊക്കെയോ പ്രതികാരം ചെയ്യുന്ന സംതൃപ്തിയായിരുന്നു.

“നമ്മടെ കാലത്തൊക്കെ ആണുങ്ങൾ സംബന്ധത്തിന് ഇങ്ങോട്ടാ

ണേയ്."

വാക്കുകൾ ആഗ്നേയാസ്ത്രങ്ങളായി ഹൃദയത്തെ കീറി മുറിച്ചപ്പോൾ...

"ഇത്രേം ദൂരം കുട്ടി ഒറ്റയ്ക്കു പോവേ" എന്നു സംശയിച്ചിരിക്കുന്ന അയൽക്കാരി സരസ്വതിയമ്മയുടെ നേരെ എയ്ത വരുണാസ്ത്രം!

"ഈ പ്രാവശ്യം സംബന്ധത്തിന് അങ്ങോട്ടു ചെല്ലാനെഴുതിയിരിക്കുന്നു. വിളിച്ചാൽ ചെല്ലണ്ടേ സരസ്വത്യേമേ?"

ഈ കുട്ടി ഇത്ര കടന്നു പറയുമെന്ന് സരസ്വതിയമ്മ നിനച്ചിരിക്കുകയില്ല!

കേട്ടില്ലേ ധിക്കാരിയായ മരുമകളുടെ മറുപടി? എന്ന ചോദ്യവുമായി തരിച്ചിരിക്കുന്ന അമ്മ. അവരെ നോക്കി ഒരു പ്രത്യേക താളത്തിൽ തലയാട്ടിക്കൊണ്ടിരിക്കുന്ന സരസ്വതിയമ്മ ഒരു വലിയ ഹിമക്കട്ടയായി മനസ്സിലമരുന്നു.

ചെവി തുളയ്ക്കുന്ന ഒരു ശബ്ദത്തോടെ 'മയിൽവാഹനം' വന്നുനിന്നതും ആളുകൾ പൊതിഞ്ഞതും ഒപ്പം.

അഴുക്കു പുരണ്ട കാലുറയിട്ട ഒരു പയ്യൻ കുറെ പണിയായുധങ്ങളുമെടുത്ത് മയിലിന്റെ ചിറകിനുള്ളിലമർന്നു. മലർന്നു കിടന്നു തട്ടും മുട്ടും തുടങ്ങി.

ഡ്രൈവർ ബസിന്റെ മൂക്ക് തുറന്നു വെച്ചു. അപ്പോഴും അത് അന്തരീക്ഷത്തിലേക്ക് ചുടുനിശ്വാസങ്ങളുതിർത്തു കൊണ്ടിരുന്നു.

തിരിച്ചുവെച്ച ബോർഡു കണ്ടപ്പോൾ മനസ്സൊന്നാളി.

.... തനിക്കു കയറേണ്ടുന്ന ബസ്. ഈശ്വരാ.... ജാള്യത്തോടെ വാതില്ക്കലെത്തിയപ്പോഴേക്കും കമ്പികളിൽക്കൂടി കൈകൾ നിറഞ്ഞു കഴിഞ്ഞിരുന്നു!

"നാലാമത്തെ സീറ്റിൽ ഒരു തൂവാല ഇട്ടിട്ടുണ്ട്. വേഗംപോയി ഇരുന്നോളൂ."

ചെറുപ്പക്കാരൻ വാക്കുപാലിച്ചിരിക്കുന്നു!

നന്ദിയോടെ തിരിഞ്ഞുനോക്കി കയറിയിരുന്നു. അയാളുടെ മുഖം വികസിച്ചു. ഒരു പുഞ്ചിരി അയാൾക്കിരിക്കട്ടെ. അയാളെപ്പറ്റി അന്യഥാ ചിന്തിക്കേണ്ടി വന്നതിൽ കുറ്റബോധം.

വേണ്ടത്ര ആഹാരവും വെള്ളവും ലഭിച്ചപ്പോൾ മയിൽപ്പീലി വിടർത്തിയാടി.

മുരുകൻ കടിഞ്ഞാൺ പിടിച്ചു.

വാഹനം പറന്നു.

പച്ചവിരിച്ച സമതലങ്ങളിലൂടെ ഉയരങ്ങളിലേക്ക്.

മനസ്സും പിടിവിട്ട് കുതിച്ചു. തന്റേതു മാത്രമെന്നഭിമാനിക്കാവുന്ന ഒരു പുത്തൻ കൊടുമുടിയിലേക്ക്...

ആദ്യത്തെ തിരിവ് കഴിഞ്ഞ ഉടനെ വണ്ടി പെട്ടെന്നുനിന്നു. ഓരോ

കൊച്ചു പൊതി, നാണയങ്ങൾ പുറത്തേക്ക് പറന്നുവീണു. അന്തോണീസ് പുണ്യവാളന്റെ കാൽക്കീഴിൽ.

കൈയുയർത്തി അനുഗ്രഹിച്ചു നില്ക്കുന്ന വലിയ രൂപം.

തൊട്ടടുത്തിരുന്ന മദ്ധ്യവയസ്ക തൂവാലത്തുമ്പഴിച്ചു ചില്ലറയെണ്ണി നോക്കി നിരാശപ്പെടുന്നതു കണ്ടു.

കുരിശു വരയ്ക്കുമ്പോൾ അവരുടെ കൺകോണിൽ രണ്ടുതുള്ളി നീർ തുളുമ്പി.

അല്പസമയം കൂടി അന്യമനസ്കയായിരുന്ന അവർ പെട്ടെന്ന് ചോദിച്ചു:

"എങ്ങോട്ടാണ് നിങ്ങൾ?" സ്ഥലത്തിന്റെ പേരു പറഞ്ഞു.

"ഞാൻ രാജക്കാട്ടേക്കാണ്. ഈ ബസ് അവിടംവരെ പോകും. രാത്രിയാവും അങ്ങെത്താൻ."

കൂടുതൽ സംസാരിക്കാൻ പോയില്ല. മണിക്കൂറുകളിലെ പരിചയം വേണ്ടെന്ന് വെക്കാറാണ് പതിവ്. അല്ലെങ്കിൽ ഇനി സർവ്വചരിത്രങ്ങളും വിളമ്പേണ്ടി വരും.

തനിച്ചാണോ യാത്ര?

കല്യാണം കഴിഞ്ഞിട്ടില്ലേ?

ഭർത്താവിന്റെ ജോലി?

കുട്ടികളെത്ര?

ങ്ഏ... ഇല്ലേ...?

പിന്നെ. ഉപദേശങ്ങളുടെ പ്രവാഹമായിരിക്കും.

മയിൽവാഹനം രണ്ടു മൂന്നു ഹെയർപിൻ വളവുകൾ താണ്ടിയിരിക്കുന്നു.

ആഴക്കടലിന്റെ സ്വച്ഛതയോടെ മലകൾ തെളിഞ്ഞു.

ഇപ്പോൾ ബസ് അരിച്ചരിച്ച് കയറുകയാണ്. താഴെ അഗാധമായ കൊക്കകളിലേക്ക് കണ്ണുകൾ പറന്നെത്തി.

തല തിരിയുന്നതുപോലെ. അല്പമായ ഒരാനാസ്ഥ മതി. ഈശ്വരാ... ഒരു നിമിഷംകൊണ്ട്... കണ്ണുകൾ മനഃപൂർവ്വം പറിച്ചെടുത്തു.

വലതുവശത്തു മുകളിലായി പൊൻപാറക്കുന്നുകൾ ജ്വലിക്കുന്നു. കരിഞ്ഞു നില്ക്കുന്ന വന്മരക്കുറ്റികൾ. ഇടതുവശത്തെ പച്ചപ്പിൽ പൂത്തുലഞ്ഞു നില്ക്കുന്ന ഒരു തരം അപൂർവ്വ വൃക്ഷങ്ങൾ കണ്ടു. ഹൈഡ്രാഞ്ചിയ പൂങ്കുലകളെ അനുസ്മരിപ്പിക്കുന്ന പൂക്കൾ.

"ഇതെന്ത് മരമാണ്?"

സഹയാത്രികയിൽനിന്ന് അങ്ങനെ ഒരു ചോദ്യം അവർ പ്രതീക്ഷിച്ചില്ലെന്നു തോന്നി. അല്പം വൈകിയാണ് മറുപടി വന്നത്.

"അരണമരം എന്നാണ് ഞങ്ങളൊക്കെ പറയാറ്."

മനസ്സിലെ പൂന്തോട്ടത്തിൽ നാലു ഭാഗത്തും ഓരോ അരണമരം നട്ടു നോക്കി.

ഒറ്റപ്പെട്ടാൽ അവയ്ക്കൊരു ഭംഗിയുമില്ല. വേണ്ട. കാട്ടുപൂക്കൾ അവയുടെ ശുദ്ധി നിലനിർത്തട്ടെ. അവയെ കൃത്രിമതകളിലേക്ക്, കാപട്യങ്ങളിലേക്ക് വലിച്ചിഴയ്ക്കേണ്ട.

കാറ്റിന് ചൂടു കുറഞ്ഞുതുടങ്ങി.

ചെമ്പൻ കുന്നുകളും നീലമലകളും അഭൗമമായ ഒരു മഞ്ഞവെളിച്ചത്തിൽ കുളിച്ചുനില്ക്കുന്നതുപോലെ.

തങ്കമ്മച്ചേടത്തിയിൽനിന്ന് ഒരു തേങ്ങൽ പുറത്തുവന്നത് പെട്ടെന്നായിരുന്നു. ആ കണ്ണുകൾ പെയ്യാൻ തുടങ്ങിയിട്ട് ഏറെ നേരമായോ?

"എന്തുപറ്റി? സുഖമില്ലേ?"

അല്പമായ ഇടവേളയ്ക്കുശേഷം അവർ ഒന്നുമില്ലെന്ന് തലയാട്ടി.

"കാര്യം എന്താണെന്നു പറയൂ."

മറ്റുള്ളവർ ശ്രദ്ധിക്കാത്തവിധത്തിൽ പ്രോത്സാഹിപ്പിച്ചു.

അവർ വിതുമ്പി. മറുപടി വീണ്ടുമൊരു നിശ്വാസത്തിലമർന്നു. സമനില കൈവരിക്കാൻ അവർ ഏറെ നേരമെടുത്തു.

"എന്റെ മോൻ..."

തുടരാനാവാതെ അവർ ചുണ്ടുകൾ അമർത്തിക്കടിച്ചു.

ഇപ്പോൾ ആ കണ്ണുകൾ വരണ്ടിരിക്കുന്നു. ഇനി ഒരിക്കലും അവയിൽ നീർപൊടിയുകയില്ലെന്നു തോന്നി.

ആ വരൾച്ചയിലൂടെ ഒരു ചുരുളഴിയുകയാണ്.

തങ്കമ്മച്ചേടത്തി....

അരയേക്കർ മലയോരവുമായി മല്ലിട്ടു കഴിയുന്ന അപ്പനമ്മമാരുടെ ഏക മകൾ.

തൊട്ടാൽ പൊട്ടുന്ന പ്രായം. മകളുടെ അഴകും ആരോഗ്യവും അപ്പനമ്മമാരുടെ മനസ്സിൽ തീകോരിയിട്ടു.

തെറിച്ച പെണ്ണ്.

പള്ളിയിൽ പുതുതായി വന്ന വികാരിയച്ചന്റെ സാംസ്കാരിക പ്രവർത്തനങ്ങളിൽ അവൾ മുഴുകിയപ്പോൾ അവർ ആശ്വസിച്ചു.

കർത്താവിന്റെ വഴിയിലാണല്ലോ അവൾ.

പിന്നെപ്പിന്നെ മകളുടെ പ്രാർത്ഥനാവേളകൾക്ക് നീളം കൂടുന്നത് ഒരു വേവലാതിയോടെ അവരറിഞ്ഞു.

ക്രമേണ തങ്കമ്മയുടെ പ്രസരിപ്പ് കെട്ടു.

കണ്ണുകളിലെ കത്തിക്കു മൂർച്ച കുറഞ്ഞു.

അവൾക്കാകെ ഒരു പൊറുതികേട്. ആ പ്രായം കടന്നുപോന്ന മാതാപിതാക്കൾ അതിനും പ്രതിവിധി കണ്ടെത്തി. തങ്കമ്മ യോഹന്നാന്റെ ഭാര്യയായി പട്ടണത്തിന്റെ മണം വിടാത്ത കുന്നിറമ്പിൽനിന്ന് ഏറെ അകലേക്ക് മലചവിട്ടി. കന്നിമണ്ണ്. പുത്തൻപെണ്ണ്. അദ്ധ്വാനശീലനായ യോഹന്നാന്റെ സ്പർശനമേറ്റ മണ്ണിൽ കനകം വിളഞ്ഞു.

തങ്കമ്മ ആ കറുത്ത മണ്ണിൽ, മുരടിച്ചുപോയ തന്റെ നിഗൂഢ സ്വപ്ന

ങ്ങളെ കുഴിച്ചുമൂടി. അതിലൊരു നാമ്പുമാത്രം നശിക്കാതെ കരുത്തോടെ വളർന്നു.

തോമസുകുട്ടി!

അവൾ നട്ട മുരിക്കിൻതൈകൾക്ക് കൂമ്പുവന്നു....

കുരുമുളകുകൊടികൾ അവയിൽ പിടിച്ചുകയറി....

അവ കനത്തു, കറുത്തു, തിരിനീട്ടി. പിച്ചവെച്ചു നടക്കുന്ന തോമസുകുട്ടി അവളുടെ ഉള്ളിൽ അല്പം കുളിരു വിതറി.

കറുത്ത മണ്ണിൽ മാത്രം മുഴുകിയ യോഹന്നാൻ കാടിനോട് പടവെട്ടി തളർന്നു.

വഴക്കാളിയായി വളരുന്ന തോമസുകുട്ടി അമ്മയുടെ മനസ്സിൽ ഒരു വലിയ മുരുക്കായി പടർന്നു...

പനിച്ചു വിറച്ചു കിടക്കുന്ന അപ്പച്ചനെ ചീത്ത വിളിക്കാനെത്തിയ മേസ്ത്രിയോടായിരുന്നു അവന്റെ ആദ്യത്തെ പ്രതിഷേധം.

പലപ്പോഴും അമ്മയോടൊപ്പം കുന്നിറങ്ങിയ തോമസുകുട്ടി മുടങ്ങാതെ ഔസേപ്പച്ചനെ കണ്ടു. കൈ നിറയെ പുതിയ വെളിച്ചവുമായി തിരിച്ചെത്തിയ ഔസേപ്പച്ചൻ ഒരു പിശുക്കനല്ലായിരുന്നു, ഈ കാര്യത്തിൽ.

മുതിർന്നപ്പോൾ അവർ തമ്മിലുള്ള ബന്ധം സൗഹൃദത്തിന്റെ മുഖം മൂടിയണിഞ്ഞു.

തോമസുകുട്ടി തീരെ പരുക്കനായിപ്പോകുന്നുവോ എന്ന് സംശയം തോന്നിയ ഔസേപ്പച്ചൻ തന്നെയാണ് തോട്ടത്തിലെ സായ്പിനെച്ചെന്നു കണ്ട് അവനൊരു ജോലി കൊടുപ്പിച്ചത്.

പിന്നെപ്പിന്നെ അവന്റെ ഗതിമാറി.

കൈയെത്താത്ത അകലത്തിലേക്കവൻ വളരുകയായിരുന്നു.

ആ ഇരുപതുകാരൻ പലർക്കും ഇന്നൊരു പേടിസ്വപ്നമാണ്. കങ്കാണിമാർക്ക്, വനംകൊള്ളക്കാർക്ക്....

തങ്കമ്മച്ചേടത്തി പറഞ്ഞവസാനിപ്പിച്ചതിങ്ങനെയാണ്.

“അവനെയൊന്ന് ഗുണദോഷിക്കാൻ ഒരാളേയുള്ളൂ. അവിടെപ്പോയി പറഞ്ഞിട്ടാണ് ഞാൻ വരുന്നത്. നേരത്തിനും കാലത്തിനും അവൻ വീട്ടിൽ വന്ന കാലം മറന്നു. എവിടെ കുഴപ്പമുണ്ടായാലും അവൻ ചെന്നു ചാടും. ഞാനെന്തെങ്കിലും പറഞ്ഞാ ‘അമ്മച്ചിക്കിതൊന്നും മനസ്സിലാവൂല്ലാ’ന്ന് പറയും ഇനി അച്ചനൊന്നു ശാസിച്ചാലെങ്കിലും....”

പണപ്പൊതികൾ പറന്നു വീഴുന്ന അന്തോണീസ് പുണ്യവാളന്റെ സമീപം മറ്റൊരു ദേവരൂപം പോലെ നിന്ന ഔസേപ്പച്ചന്റെ രൂപം നിമിഷം കൊണ്ട് മനസ്സ് ഓർമ്മിച്ചെടുത്തു.

അവനെക്കൊണ്ടൊരു കല്യാണം കഴിപ്പിക്കണം.

കല്യാണം എന്തിനും ഉള്ള ഒരു പോംവഴിയാണെന്നുതന്നെ അവരിപ്പോഴും വിശ്വസിക്കുന്നുവെന്നു തോന്നി.

കേട്ടുകഴിഞ്ഞപ്പോൾ, തോട്ടം തൊഴിലാളികളുടെയും മലയോര കർഷ

കരുടെയും ഇടയിൽ തീപ്പൊരിയായി പടരുന്ന ഒരു യുവാവിനെ മെനെഞ്ഞെടുക്കുകയായിരുന്നു മനസ്സ്.

അവൻ ഈ അമ്മയിൽനിന്നും എത്ര അകലെ....

“നിങ്ങൾക്കിറങ്ങാനുള്ള സ്ഥലമടുത്തല്ലോ.”

അപ്പോഴാണ് ശ്രദ്ധിച്ചത്. എത്തിയിരിക്കുന്നു.

വേഗം തയ്യാറായി. എയർബാഗും കൈയിലെടുത്തു.

കാത്തുനിന്ന് മുഷിഞ്ഞ മുഖം ദൂരത്തു വെച്ചുതന്നെ തിരിച്ചറിഞ്ഞു.

മുഖം കരുവാളിച്ചിരിക്കുന്നു. ഉഴറിയെത്തുന്ന കണ്ണുകളിൽ തിരിച്ചറിവിന്റെ തിളക്കം.

തങ്കമ്മച്ചേട്ടത്തിയോട് യാത്ര പറയുമ്പോൾ ഒരിറ്റുവേദന ഊറിക്കൂടി.

നിരത്തിലിറങ്ങുമ്പോഴേക്കും ആയിരം സൂചിമുനകളാഴ്ത്തിക്കൊണ്ട് തണുപ്പുവന്നു പൊതിഞ്ഞു.

കുളിരേറ്റ് രോമങ്ങൾ എഴുന്നുനിന്നു.

“വല്ലാതെ തണുക്കുന്നോ? ഇന്ന് പൊതുവേ തണുപ്പ് കുറവാണല്ലോ.”

ചൂളിപ്പിടിച്ചു നില്ക്കുന്നതുകണ്ട് ചേർത്തുപിടിച്ചു, അദ്ദേഹം.

“ഇന്നിവിടെ ആകെ ബഹളമാണ്. നാളത്തെ പരിപാടികൾ എങ്ങനെ നടക്കുമോ ആവോ?”

“എന്താണ് ബഹളം?”

“ഇന്നലെ രാത്രി തീവെപ്പുണ്ടായിട്ടുണ്ട്. തൊഴിലാളികളാകെ ഇളകിയിരിക്കുന്നു...”

അങ്ങകലെ മലകൾ അപ്പോഴും നിശ്വാസമുതിർക്കുന്നുണ്ടായിരുന്നു.

ക്വാർട്ടേഴ്സിലേക്കുള്ള തൂക്കുപാലം കടത്തിത്തന്ന് അദ്ദേഹം വിഷണ്ണനായി അല്പം നിന്നു.

“താക്കോലിതാ. കുളിച്ച് ഒന്നു ഫ്രഷാകുമ്പോഴേക്കും ഞാൻ വരാം.”

പോവുകയാണോ എന്ന് അമ്പരന്നപ്പോൾ അനുനയിപ്പിച്ചു.

“നാളത്തേക്കുള്ള കുറച്ചുകാര്യങ്ങൾ കൂടി ശരിപ്പെടാനുണ്ട്.”

വിറയ്ക്കുന്ന കൈപിടിച്ച് സ്നേഹപൂർവ്വം ഒന്നമർത്തി അദ്ദേഹം നടന്നു.

സങ്കടവും ദേഷ്യവും തോന്നി.

ഏകാന്തതയുടെ കൂട്ടിലകപ്പെട്ടപ്പോൾ മനസ്സുതേങ്ങി. നാഴികകൾ താണ്ടി ഓടിവന്നപ്പോൾ ചരൽക്കല്ലുകൾ വാരിയെറിയുന്നതുപോലെ തകരപ്പാളികളിൽ പതിക്കുന്ന മഞ്ഞുതുള്ളികളുടെ താരാട്ട്.

രാത്രിയിൽ എപ്പോഴോ വന്ന് മുട്ടിവിളിച്ചപ്പോൾ അല്പനിമിഷത്തേക്ക് പരിസരം മറന്നു.

രജായിക്കു പുറത്തായിപ്പോയ കാലുകൾ ഉണരാൻ കൂട്ടാക്കിയില്ല.

കൂർത്ത നഖവുമായി തണുപ്പ് ആൾക്കു മുമ്പേ മുറിയിലെത്തി.

വസ്ത്രംപോലും മാറ്റാതെ കിടക്കയിൽ വീണുകൊണ്ട് അദ്ദേഹം പിറുപിറുത്തു:

“ഉശിരുള്ളൊരു ചെറുപ്പക്കാരനായിരുന്നു. അവനെയും തട്ടി....”

“നാളെ ഇനി അതിനുള്ള ഓട്ടം... ഹോ... മടുത്തു.”

ഉശിരുള്ള ചെറുപ്പക്കാരൻ....?

തോമസുകുട്ടി....?

അയാൾ അമ്പരന്നുനില്ക്കെ, അവളിൽ നിന്നുയർന്ന നിലവിളി, നിരത്തിന്റെ മാറുപിളർന്നു കൊണ്ടുവന്ന തടി ലോറിയുടെ ഇരമ്പത്തിൽ അരഞ്ഞു ചേർന്നു.... താളത്തിലുള്ള കൂർക്കംവലി കേട്ടുകൊണ്ട് കൺപോളയടയ്ക്കാനാകാതെ കിടക്കുമ്പോൾ, തോമസുകുട്ടി മറ്റൊരു ഹിമബിന്ദുവായി അവളുടെ മനസ്സിലുറഞ്ഞു.

വനാന്തരത്തിലെ പക്ഷികൾ

അല്പം മുമ്പ് മാത്രം പെയ്തുപോയ ചാറ്റൽമഴയുടെ ബാക്കിയെന്നോണം ഇറ്റിറ്റു വീഴുന്ന ഇറവെള്ളത്തെ നോക്കി, മൂടിക്കെട്ടിയ പടിഞ്ഞാറൻ ചക്രവാളത്തെ നോക്കി, തൈത്തെങ്ങുകളുടെ ഇടയിലൂടെ മാത്രം കാണാവുന്ന കടൽത്തിരകളുടെ നിമ്നോന്നതങ്ങളെ നോക്കി നിശ്ശബ്ദയായി രേവതി ടീച്ചർ ഇരുന്നു.

മങ്ങിയ സായംകാലത്തിലെ മൂടിക്കെട്ടിയ ആകാശം പോലെ അവരുടെ മനസ്സും കനത്തുവിങ്ങി പതുക്കെ ഈറനായിക്കൊണ്ടിരുന്നു.

അടക്കിയിട്ടും അടങ്ങാത്ത വീർപ്പുമുട്ടൽ അനുഭവപ്പെട്ടപ്പോൾ അവർ മനസ്സിനെ ഭൂതകാലത്തിൽ അലയാൻ വിട്ടു.

എവിടെയാണ്, ആർക്കാണ് പാകപ്പിഴ പറ്റിയത്? മകൾക്ക് ഉന്നതപദവിയുള്ള വരനെ നേടിത്തരാൻ മാനുഷിക മൂല്യങ്ങളെ മനഃപൂർവ്വം വിസ്മരിച്ച അച്ഛനോ? അച്ഛനെ അനുസരിക്കാൻ മാത്രം പഠിച്ച അമ്മയ്ക്കോ? ആദർശങ്ങൾക്കുവേണ്ടി ജീവിതംതന്നെ കളിത്തട്ടാക്കിയ, നാട്ടുകാരുടെ ഭാഷയിൽ തന്നിഷ്ടക്കാരിയായ തനിക്കോ?

ആദ്യമായി തന്നെ കാണാൻ അദ്ദേഹം വീട്ടിൽ വന്ന ദിവസം! കോളേജിൽനിന്നും മടങ്ങിവരുമ്പോൾ അച്ഛനോടൊപ്പം പൂമുഖത്തുണ്ടായിരുന്നു. തലേന്നാൾ അച്ഛൻ അമ്മയോട് പറഞ്ഞിരുന്ന വാർത്ത മറഞ്ഞുനിന്നു കേൾക്കാനിടയായത് അപ്പോഴാണ് അവൾ ഓർത്തത്.

"രേവതിക്ക് ഒരാലോചന വന്നിട്ടുണ്ട്... ലെ ഒരു ആപ്പീസറാണ്. പേര് രാജൻ. ഉദ്യോഗത്തിലുള്ള മിടുക്കുകൊണ്ടും ഭാഗ്യംകൊണ്ടും ഇത്ര ചെറുപ്പത്തിൽ ഈ വലിയ പോസ്റ്റിൽ എത്തിച്ചേർന്നതാണ്."

അമ്മയുടെ പ്രതികരണമൊന്നും കേട്ടില്ല.

"ഞാൻ റിട്ടയർ ചെയ്യുന്നതിനുമുമ്പ് തന്നെ അവളെ ഒരുത്തനെ ഏല്പിച്ചാൽ സമാധാനമായി. പിന്നെ ഇങ്ങനെയുള്ള ആലോചനകൾ വരാനും വിഷമമാണ്. വേണമെങ്കിൽ ഒരു ഡയറക്ടർ വരെ ആകാനും രാജന് കഴിഞ്ഞേക്കും. അവളോട് ഈ വിവരങ്ങളെല്ലാം ഒന്നു പറഞ്ഞു വെക്കുന്നത് നല്ലതാണ്."

താൻ ഉള്ളിൽ ചിരിച്ചു.

എന്തിന് തന്നോട് പറഞ്ഞുവെക്കണം? ഇത്ര നല്ല കാര്യമാണെങ്കിൽ അച്ഛനീ മുൻകരുതലുകൾ എന്തിനാണ്? പെണ്ണു കാണാൻവന്ന ചെറുക്കനെ കണ്ടപ്പോൾ പരുങ്ങലോ പകപ്പോ ഒന്നും തന്നെ തനിക്ക് ഉണ്ടായില്ലെന്ന് അവൾ ഓർത്തു.

അദ്ദേഹത്തെ നേരെ നോക്കി ഒരു പരിചയഭാവം മാത്രം കാണിച്ച് താൻ അകത്തേക്ക് നടന്നത് അച്ഛന് തീരെ ഇഷ്ടപ്പെട്ടിട്ടില്ലെന്ന് അപ്പോൾത്തന്നെ തോന്നിയിരുന്നു.

'നിന്റെ വളർത്തലിന്റെ ദോഷ' മാണെന്ന് അച്ഛൻ അമ്മയെ കുറ്റപ്പെടുത്തിയതായി പിന്നീടറിഞ്ഞു. അമ്മ അതിനും തലകുലുക്കിയിരിക്കണം!

നേരെ നോക്കിയെങ്കിലും കണ്ണിൽപ്പെട്ടത് പുരികത്തിന് താഴെ തള്ളിനില്ക്കുന്ന കറുത്ത അരിമ്പാറ ആയിരുന്നു. അത് മനസ്സിലെവിടെയോ വെറുപ്പിന്റെ വിത്തുപാകി. അച്ഛൻ വീണ്ടും ഉമ്മറത്തേക്ക് വിളിച്ചേക്കുമോ എന്ന് ഭയന്നുവെങ്കിലും അതുണ്ടായില്ല!

പിന്നീടൊരിക്കൽ അച്ഛൻ അമ്മയോട് പറയുന്നതുകേട്ടു.

"വലിയ ജോലിത്തിരക്കുള്ള ഒരു മാന്യനാണയാൾ, ഉന്നതന്മാരുമായിട്ടാണ് കൂട്ടുകെട്ട്. എന്തെല്ലാം കാര്യങ്ങൾ നിർത്തിവെച്ചിട്ടാണെന്നറിയുമോ ഇങ്ങോട്ടൊന്ന് വന്നത്? അയാൾക്ക് ആലോചനകൾ അങ്ങോട്ട് ചെല്ലുകയാണ്. ഇത് നമ്മുടെ ഭാഗ്യമെന്നേ പറയേണ്ടൂ."

അമ്മ മറുപടി പറയുന്നത് കേട്ടില്ല!

"തിരക്കുകൊണ്ട് പെണ്ണുകാണാൻ പോലും സമയമില്ലാത്ത ഒരാൾ! അയാൾക്ക് ജീവിക്കുവാൻ സമയമുണ്ടാകുമോ?" അവൾ പിറുപിറുത്തു. അമ്മയോട് തുറന്നു പറയുകയും ചെയ്തു. അച്ഛന്റെ നല്ലനേരം നോക്കി അമ്മ പറഞ്ഞുകേൾപ്പിച്ചിരിക്കുക ഒരു പക്ഷേ, ഇങ്ങനെയായിരിക്കും:

"അവൾക്കിപ്പോൾ കല്യാണം വേണ്ടെന്നാണ് പറയുന്നത്"

അച്ഛന്റെ മറുപടി ഉറക്കെ കേട്ടു.

"പിന്നെ അവൾക്ക് എപ്പോഴാണ് വേണ്ടിവരിക എന്ന് പോയി ചോദിക്ക്."

ദേഷ്യം ആറിയപ്പോൾ താഴ്ന്ന സ്വരത്തിൽ അച്ഛൻ വീണ്ടും പറയുന്നതുകേട്ടു.

"അവളുടെ മനസ്സിൽ വല്ലവരും ഉണ്ടോ?"

ഈ പ്രായത്തിനിടയ്ക്ക് മനസ്സിൽ അഭികാമ്യനായ ഒരു ചെറുപ്പക്കാരനെ പ്രതിഷ്ഠിക്കാൻ കഴിയാത്തതിൽ അവൾ അന്നാദ്യമായി ദുഃഖിച്ചു.

ഒടുവിൽ അച്ഛൻ തന്നെ വിജയിച്ചു. വിവാഹം വളരെ ആഘോഷ പൂർവ്വം നടന്നു. അഭിനന്ദനങ്ങളുടെ പൂച്ചെണ്ടുകളുമായി എത്തിയ കൂട്ടുകാരികൾ. അവരുടെ കുസൃതി പുരണ്ട വാക്കുകൾ.

മകളുടെ അപൂർവ്വ സൗഭാഗ്യത്തിൽ മതിമറന്ന അച്ഛൻ, തന്റെ നാളുകൾ എണ്ണപ്പെടുകയാണെന്ന് മുൻകൂട്ടി അറിഞ്ഞിരുന്നുവോ? അതാണോ ഇത്ര നിർബ്ബന്ധമായി ഈ ഭാരം തന്റെ ശിരസ്സിൽ കെട്ടിയേല്പിച്ചു തന്നെ ശ്വാസം മുട്ടിച്ചത്? ഏകാന്തതയിൽ അവൾ സ്വയം ചോദിച്ചു.

തിരക്കുപിടിച്ച ആപ്പീസറുടെ ഭാര്യയായ ഏകമകളെ ഒന്നു കാണാൻ കൊതിച്ച് തരപ്പെടാതെ അകാലത്തിൽ അടഞ്ഞുപോയ കണ്ണുകളിൽ വേദന നിഴലിച്ചിരുന്നുവോ!

നിർബ്ബന്ധക്കാരനായ അച്ഛന്റെയും വാശിക്കാരിയായ മകളുടെയും ഇടയിൽ ഒന്നും മിണ്ടാനാകാതെ ഓടിനടന്ന നിശ്ശബ്ദജീവിയായ അമ്മ!

ജീവിച്ചിരിക്കുമ്പോൾ വല്ലപ്പോഴെങ്കിലും ഒന്നു ചെന്നു കാണാൻ കൂട്ടാക്കാതിരുന്ന മരുമകൻ. അച്ഛന്റെ സംസ്കാരകർമ്മങ്ങൾ കെങ്കേമമായി നടത്തി. നാട്ടുകാരുടെ ബഹുമാനം പിടിച്ചുപറ്റുക മാത്രമായിരുന്നു ഉദ്ദേശ്യമെന്ന് തനിക്കു അറിയാമായിരുന്നു.

എല്ലാം അറിയുന്ന അമ്മ കൂടി അദ്ദേഹത്തെപ്പറ്റി ആദരപൂർവ്വം സംസാരിക്കുമ്പോൾ അവൾക്കെല്ലാം വിളിച്ചു പറയാൻ തോന്നി.

തന്നെ ഭയപ്പെടുത്തുന്ന, ഒരു ശിലയാക്കി മാറ്റുന്ന, തന്നിലെ സ്ത്രീത്വത്തെ അപമാനിക്കുന്ന രാത്രികളെക്കുറിച്ച്...

അതെ തന്റെ ദാമ്പത്യ ജീവിതത്തെക്കുറിച്ച്! അച്ഛൻ നേടിത്തന്ന സൗഭാഗ്യത്തെക്കുറിച്ച്....

ഒന്നിച്ചുള്ള ജീവിതത്തിന് അവസാനംകുറിച്ച ആ രാത്രി ഇപ്പോഴുമോർക്കുന്നു.

സായാഹ്നം ഇതുപോലെ മൂടിക്കെട്ടിയതായിരുന്നു.

അന്ന് കിട്ടിയ അമ്മയുടെ എഴുത്ത് – 'അച്ഛന്റെ ശ്രാദ്ധമാണ്. നിങ്ങൾ നേരത്തെത്തന്നെ വരുമല്ലോ.'

ആ ചുരുങ്ങിയ അക്ഷരങ്ങളിലടങ്ങിയിരുന്ന നെടുവീർപ്പും തേങ്ങലും ദുഃഖവും അവളെ ആകെ ഉലച്ചു കളഞ്ഞിരുന്നു.

കത്തു വന്ന വിവരം പറഞ്ഞു. മറുപടിയൊന്നുമുണ്ടായില്ല. എങ്കിലും അവൾ കരുതിയിരുന്നു വീട്ടിൽ പോകാൻ കഴിയുമെന്ന്.

അന്ന് പക്ഷേ, പതിവിലേറെ വൈകിയാണദ്ദേഹം വന്നെത്തിയത്. അത് മനഃപൂർവ്വമാണെന്ന് അവളറിഞ്ഞു. അഭിലാഷങ്ങൾ കരിഞ്ഞ് ചാമ്പലാകുന്നത് നിസ്സംഗതയോടെ നോക്കിനിന്നു. ഒന്നും പറയില്ലെന്ന് അവൾ നിശ്ചയിച്ചു. സ്ത്രീ സഹിക്കാൻ പിറന്നവളാണെന്ന അമ്മയുടെ വാദം അപ്പോൾ അവൾ ഓർമ്മിച്ചു.

അല്ലെങ്കിലും മരിച്ചുപോയ അച്ഛനെക്കുറിച്ച് ഓർക്കുവാൻ ശ്രാദ്ധദിനത്തിൽത്തന്നെ പോകണമെന്നൊന്നുമില്ല. ജീവിച്ചിരുന്നുകൊണ്ട് എല്ലാം

സഹിക്കുന്ന അമ്മയെ ഒരു നോക്ക് കാണാൻ മാത്രമാണ് കൊതിച്ചത്. അതും അസാദ്ധ്യമെങ്കിൽ വേണ്ട!

എല്ലാം സഹിക്കാൻ കരുത്ത് നേടുകയായിരുന്നു അവൾ.

വർഷങ്ങൾക്കുശേഷവും ആ ബീഭത്സരംഗം അവൾ വ്യക്തമായോർക്കുന്നു.

ഭയങ്കരമായ വേദനയോടെയാണവൾ ഞെട്ടിയുണർന്നത്. കരച്ചിൽ തൊണ്ടയിൽ കുരുങ്ങിനിന്നു. തന്റെ ശരീരത്തിലും മനസ്സിലും മുറിവേല്പിച്ചിരിക്കുന്ന ആ കാട്ടുമൃഗത്തെ സർവ്വശക്തിയുമുപയോഗിച്ച് അവളൊരു തള്ളുകൊടുത്തു.

കള്ളന്മാരെപ്പോലെ പതുങ്ങി വന്നിട്ടാണോ സ്വന്തം ഭാര്യയെ.... വെറുപ്പോടെ വേദനയോടെ അവൾ അലറി.

"എന്നെ തൊടരുത്."

പിടഞ്ഞെഴുന്നേറ്റ് ലൈറ്റിട്ടപ്പോൾ ആ മുഖത്ത് വിറകൊള്ളുന്ന അരിമ്പാറ! അവൾ ഒരിക്കലേ നോക്കിയുള്ളൂ.

കണ്ണ് ഇറുകെ അടച്ചു. പ്രതിരോധം വിഫലമായപ്പോൾ ശരീരത്തെയും മനസ്സിനെയും കല്ലാക്കി മാറ്റാനുള്ള ശ്രമത്തിലായിരുന്നു അവൾ.

പിറ്റേന്നു രാവിലെ അച്ഛന്റെ ശ്രാദ്ധമൂട്ടാൻ തക്കവണ്ണം നേരത്തെയെത്തിയ മകളെ മാത്രം മുന്നിൽക്കണ്ട അമ്മയുടെ കണ്ണുകൾ അവൾക്കു പിന്നിൽ അലഞ്ഞു.

എവിടെ? ആ തളർന്ന മിഴികൾ മടങ്ങി ചോദ്യഭാവത്തിൽ അവളുടെ കണ്ണുകളോടിടഞ്ഞു.

ഒന്നും മിണ്ടാനാവാതെ, ഒന്നുപൊട്ടിക്കരയാൻ പോലും കഴിയാതെ വിങ്ങിനിന്ന അവളിൽ അച്ഛന്റെ വേർപാടിനേക്കാൾ വലിയ എന്തോ ഒന്ന് ആ അമ്മയ്ക്ക് തേടിപ്പിടിക്കാൻ കഴിഞ്ഞു!

വാചാലമായ മുക്ത ദുരൂഹതകൾക്ക് വിത്തുകൾ പാകി.

"എന്തേ മോളേ നിനക്കിത്ര ക്ഷീണം? വല്ലാതായിരിക്കണല്ലോ."

അമ്മയുടെ കണ്ണുകൾ അവളുടെ വിളറിയ മുഖത്തും ശരീരത്തിലും പരതിനടന്നു.

ഈശ്വരാ.... അങ്ങനെയും ആകാമല്ലോ.

പിന്നീടുള്ള കുറെ ദിവസങ്ങളിൽ ഉൽക്കണ്ഠ അവളെ നീറ്റുകയായിരുന്നു.

തന്നെ അയാളുമായി ബന്ധിപ്പിക്കുന്ന ഒരു കണ്ണി?

ഭയപ്പെട്ടതുപോലെ ഒന്നും സംഭവിച്ചില്ലെന്ന് ദിവസങ്ങൾ തെളിയിച്ചപ്പോൾ അവൾ ആശ്വാസം പൂണ്ടു.

മകളുടെ ഭാവിയെക്കുറിച്ച് അമ്മയ്ക്ക് വേവലാതി തന്നെയായിരുന്നു.

തരം കിട്ടുമ്പോഴൊക്കെ ഉപദേശിച്ചു.

ബി എഡ് കഴിഞ്ഞ് ജോലിക്ക് പോകണമെന്ന് നിർബ്ബന്ധം പിടിച്ചപ്പോൾ അമ്മ വിലക്കി.

"മോളെ സ്വയം വലിയ ആളാകുന്നതിലും നല്ലത് വലിയ ആളുടെ ഭാര്യയാകുന്നതാണ്. നിനക്കിപ്പോ ഇത് മനസ്സിലാവില്ല."

കഴിഞ്ഞ വർഷമാണ് അവസാനമായി അനുരഞ്ജനത്തിനെന്നോണം അയാൾ വന്നത്.

ടീച്ചിങ് പ്രാക്ടീസ് കഴിഞ്ഞ് വീട്ടിലെത്തിയ കാലം. പ്രാക്ടിക്കൽ ഒരു വിധം നന്നായി ചെയ്തുതീർത്തതുകൊണ്ട് സമാധാനമായി ഇരിക്കുകയായിരുന്നു. ക്ലാസ് കിട്ടാതിരിക്കുകയില്ല. ജോലി കിട്ടാൻ അത് സഹായകമാവുമെന്ന് അവൾക്കുറപ്പുണ്ടായിരുന്നു.

പഠിക്കാനയച്ചെങ്കിലും ജോലിക്ക് അയക്കാൻ അമ്മയ്ക്ക് ഒട്ടും ഇഷ്ടമില്ലെന്നറിയാം.

"നിനക്ക് വേണ്ടതൊക്കെ നിന്റെ അച്ഛനുണ്ടാക്കിയിട്ടുണ്ട്. ഇനി നീയും സമ്പാദിക്കുന്നത് ആർക്കാണ്?"

അവൾക്കതിനുത്തരമില്ലായിരുന്നു. ഏതോ ഓർമ്മയിൽ മനസ്സ് അലിയുകയായിരുന്നു. അപ്പോഴാണ് അയാൾ പടി കടന്നുവന്നത്.

ആദ്യം ഒന്ന് പതറിയെങ്കിലും ധൈര്യമവലംബിച്ച് അവിടെത്തന്നെ നിന്നു.

അപരിചിതനായ ഒരാളോടെന്നപോലെ പെരുമാറാൻ എങ്ങനെ കഴിഞ്ഞുവെന്ന് ഇന്നും അത്ഭുതത്തോടെ ഓർത്തു പോവുന്നു.

"പഠിപ്പൊക്കെ കഴിഞ്ഞോ?" സാധാരണ മട്ടിലൊരു ചോദ്യം.

"ഉം"

തുറിച്ച കണ്ണുകൾകൊണ്ട് ഉഴിഞ്ഞു നോക്കുന്നതു കണ്ടപ്പോൾ, അസ്വസ്ഥത തോന്നി.

"ശരീരത്തിന് ക്ഷീണമാണ്." കര കര ശബ്ദം.

തികട്ടിവന്ന വെറുപ്പ് പുറത്തു കാട്ടിയില്ല.

ശരീരത്തിന്റെ ക്ഷീണം നോക്കാൻ വന്നിരിക്കുന്നു!

ഏറെ നേരത്തെ നിശ്ശബ്ദതയ്ക്കു ശേഷം അയാൾ തുടർന്നു:

"എനിക്ക് നാട്ടുകാരെയെങ്കിലും പേടിക്കണം. എന്തും ആകാമെന്നുള്ളവർക്ക് ആ പേടിയും വേണ്ടല്ലോ."

ഓഹോ! നാട്ടുകാരെ ബോദ്ധ്യപ്പെടുത്താനായിരിക്കും ഈ വരവ്. അകത്തേക്കു പോകണമോ വേണ്ടയോ എന്നു സംശയിച്ചുനിന്നിരുന്ന അവൾ അവിടെത്തന്നെ ഉറച്ചുനിന്നു. അതുവരെ ഉണ്ടായിരുന്ന അസ്വസ്ഥതകൾ പമ്പ കടന്നു. ആ അദ്ധ്യായം അവസാനിക്കട്ടെ എന്നു തന്നെ അവൾ കരുതി. ഒടുവിൽ ഭീഷണിയും ഉണ്ടായി:

"അവസാനം ഖേദിക്കേണ്ടിവരും. പറഞ്ഞില്ലെന്നു വേണ്ട."

തന്റെ നോട്ടത്തിന് ഇത്ര തീക്ഷ്ണതയുണ്ടെന്ന് അയാൾ പരുങ്ങുന്നതു കണ്ടപ്പോഴാണ് മനസ്സിലായത്.

"നോക്കി ദഹിപ്പിക്കുകയൊന്നും വേണ്ട. ഞാൻ പോകുന്നു."

അമ്മ ഇല്ലാതിരുന്നത് ഒരു വലിയ അനുഗ്രഹമായി തോന്നി.

പിന്നീട് അമ്മ അറിഞ്ഞപ്പോൾ വളരെ സങ്കടപ്പെട്ടു:

“ആ നേരത്ത് ഞാനില്ലാതെ പോയല്ലോ. ഒന്നുമില്ലെങ്കിലും നാട്ടുകാരെന്തു പറയും?”

നാട്ടുകാർ!

നാട്ടുകാരുടെ മുമ്പിൽ അയാൾ എന്നും നല്ലവൻ മാത്രമായിരുന്നല്ലോ. ആ നാട്ടുകാരെ പേടിച്ച് ഇനിയും ജീവിതം ഹോമിക്കാൻ വയ്യ.

ഏറെ വൈകാതെ ചാലിയാറിന്റെ തീരത്തുള്ള ഈ സ്കൂളിലേക്ക് ആദ്യ നിയമനം ലഭിച്ചപ്പോൾ ഒരു രാജമാർഗ്ഗം തന്നെ തന്റെ മുന്നിൽ തുറന്നു കിട്ടിയതായി അവൾക്കു തോന്നി.

കടലോരത്തെ വിശാലമായ പറമ്പിലുള്ള ഈ ഒറ്റപ്പെട്ട കൊച്ചുവീട് മനസ്സിനിണങ്ങി. ശാന്തമായ ഒരു ജീവിതം നയിക്കാനുള്ള എല്ലാ ചുറ്റുപാടുകളും.

ചക്രവാളത്തിൽ കാക്കക്കാലുകൾ വീണുകഴിഞ്ഞത് അവൾ അറിഞ്ഞില്ല!

അല്പം അകലെ സമുദ്രത്തിൽ ഉയർന്നു നില്ക്കുന്ന പാറക്കൂട്ടത്തിൽ വന്നലച്ച ഒരു വലിയ തിരയുടെ ആരവം അവളെ ചിന്തയിൽനിന്നുണർത്തി.

തൊട്ടുപിന്നിൽ വന്നു നിന്നിരുന്ന അമ്മയുടെ കൈവിരലുകൾ മുടിയിൽ തിരുപ്പിടിച്ചിരുന്നത് അവളറിഞ്ഞു.

“ഹെന്റെ ഭാഗ്യംകെട്ട മോളേ....”

അവരുടെ നെടുവീർപ്പ് അല്പം ഉറക്കെയായിപ്പോയി.

പ്രസന്നത വരുത്താൻ പണിപ്പെട്ട് എഴുന്നേല്ക്കാൻ ശ്രമിക്കവെ, അടുക്കളക്കോലായയിൽ പാദപതനം കേട്ടു.

മല്ലിക!

ഈയിടെ മാത്രം പരിചയപ്പെട്ട ദുഃഖിതയായ പെൺകുട്ടി. പത്താം ക്ലാസുകാരി! എല്ലാവരും ഉണ്ടെങ്കിലും ആരുമില്ലാത്തവൾ!

അവളെ പരിചയപ്പെട്ടത് യാദൃച്ഛികമായിട്ടായിരുന്നു.

ഓടിച്ചാടി നടക്കേണ്ട ഇളംപ്രായത്തിൽത്തന്നെ കനത്ത കദനഭാരം പേറേണ്ടിവന്ന കഥകൾ അവൾ തുറന്നു പറഞ്ഞപ്പോൾ ആശ്വസിപ്പിച്ചു: ഒരു അനിയത്തിയെയെന്നവണ്ണം.

രണ്ട്

ഉമ്മറത്ത് ആരെയും കാണാതിരുന്നപ്പോൾ മല്ലികയ്ക്കാശ്വാസമായി. ആരുടെയും കണ്ണിൽപ്പെടാതെ തെക്കുവശത്തെ ചായ്പിലേക്ക് മെല്ലെ കയറുമ്പോഴേക്കും അവൾ കണ്ടുപിടിക്കപ്പെട്ടു.

“വന്നൂ അമ്മേ മല്ലികേച്ചി.” അനിയത്തിയാണ്. പല്ലുപോയ പഴുതും കാട്ടി അവളുടെ ഒരു ചിരി.

മിണ്ടാതിരിക്കാൻ ആംഗ്യംകാട്ടി. കണ്ണുരുട്ടി കാണിച്ചു. എന്തുചെയ്

തിട്ടും കാര്യമില്ല! അസത്ത് വിളിച്ചുകൂവുക തന്നെയാണ്.

കേൾക്കേണ്ട താമസം കുഞ്ഞമ്മ പുറത്തുചാടി.

“എടീ അവ്ട നില്ക്ക്. ഈ നേരല്ലാത്തനേരത്ത് നീ എവടക്കേ തെണ്ടാൻ പോയിരുന്നത്?”

അവൾ ഒന്നും പറഞ്ഞില്ല. അരിശം കടിച്ചമർത്തി കീഴോട്ട് നോക്കി നിന്നു.

“ഇബടെ ള്ള ആൾക്ക് ബാക്കീള്ളോരടെ മേക്കിട്ട് കേറാനല്ലേ അറിയൂ. ഓരോരോ താന്തോന്നികള് അന്തീല്യാ പാതിരീംല്യാണ്ട് നടന്നാ... ചോദിക്കാനാരൂല്യ.”

കുഞ്ഞമ്മ കലി തുള്ളുകയാണ്.

മൗനമാണ് അപ്പോൾ നല്ലതെന്നവൾക്ക് തോന്നി.

മങ്ങിയ വെളിച്ചത്തിൽ അപ്പോൾ മാത്രമേ അവളുടുത്തിരിക്കുന്ന പാവാട കുഞ്ഞമ്മ കാണുകയുണ്ടായുള്ളൂ എന്ന് തോന്നുന്നു. സൂക്ഷിച്ചു നോക്കുന്നുണ്ട്.

‘‘ഓ... മനസ്സിലായി. ആ മിട്രസ്സിന്റെ അവടേക്കു തെണ്ടാൻ പോയീർന്നത്....ല്ലേ?”

പരിഹാസദ്യോതകമായി ചിറികോട്ടിക്കൊണ്ട് അവർ ചോദിച്ചു:

“ഇന്ന് ഒന്നും കിട്ടീല്യേ...?”

ഈ ദേഷ്യത്തിന്റെയും പരിഹാസത്തിന്റെയും കാരണം അവൾക്കറിയാം.

രേവതിടീച്ചർ, തനിക്ക് പാവാട തയ്ക്കാൻ വേണ്ടി തന്നിരുന്ന സാരി കിട്ടാൻവേണ്ടി കുഞ്ഞമ്മ കുറെ പാടുപെട്ടതാണല്ലോ.

“സാരിയാണെങ്കി... ചീന്തി മുറിക്ക്വൊന്നും വേണ്ട. വയസ്സ് അങ്ങട് ഏറ്ന്ന്യാണ്. സാരിയുടുക്കാറൊക്ക്യായിത്തൊടങ്ങി.”

അച്ഛനോട് പാവാട തയ്പിക്കാനുള്ള പൈസ ചോദിക്കുകയായിരുന്നു. അപ്പോഴേക്കും അവിടെ ചാടിയെത്തി കുഞ്ഞമ്മ.

അച്ഛനോട് സ്വകാര്യമായി ഒന്നും പറയാൻ തന്നെ അനുവദിക്കില്ല.

ചിണുങ്ങിക്കൊണ്ടു വന്ന അനിയത്തിയെ പിടിച്ച് നല്ലൊരടി കൊടുത്തു കുഞ്ഞമ്മ.

അത് തന്നെ അടിക്കുന്നതിന് പകരമാണെന്ന് അവൾക്കറിയാം. കൊള്ളട്ടെ. അവരുടെ മകൾ തന്നെയല്ലേ...

എങ്കിലും അരിശം തീർക്കുന്നത് ആ കൊച്ചുകുഞ്ഞിനോട് വേണോ?

അവർ പിന്നെയും എന്തൊക്കെയോ പിറുപിറുക്കുന്നുണ്ടായിരുന്നു.

അവളുടെ നിശ്ശബ്ദത അവർക്ക് സഹിക്കാനായില്ല.

“നിക്ക്ണ് കണ്ടില്ലേ... നശൂലം. മോന്തേം വീർപ്പിച്ച്...”

അവർ വേണ്ടുവോളം പുലമ്പിത്തീർക്കട്ടെ എന്നു കരുതി അവൾ തലതാഴ്ത്തി നിന്നു.

കലിതുള്ളിക്കൊണ്ടു തന്നെ അവർ അടുക്കളയിലേക്കു പോയപ്പോൾ

മല്ലിക തന്റെ ചായ്പുമുറിയിൽ കടന്ന് പാവാടയഴിച്ച് മടക്കി അയയിലിട്ടു.

വിളക്കു കത്തിച്ച് പുസ്തകം തുറന്നുവെച്ചിട്ടും അവൾക്കൊന്നും വായിക്കാനായില്ല. ഹൃദയത്തിലെവിടെയോ കുപ്പിച്ചില്ലുകൊണ്ട് മുറിഞ്ഞതു പോലെ.

കുഞ്ഞമ്മയുടെ ചീത്തപറച്ചിൽ എത്ര കേട്ടാലും അവൾക്കൊരു കൂസലുമില്ല. പക്ഷേ, ഇന്ന് രേവതി ടീച്ചറുടെ വീട്ടിൽ ചെന്നപ്പോൾ കണ്ട കാഴ്ച...!

പടി കടന്നു ചെല്ലുമ്പോൾ ടീച്ചറും അമ്മയും ഉമ്മറത്തുണ്ടായിരുന്നു. ഇരുൾപരന്നു തുടങ്ങിയിട്ടും ലൈറ്റിട്ടിരുന്നില്ല.

രണ്ടു പേരും കരയുകയായിരുന്നുവെന്നു വ്യക്തം.....

ചില സന്ദർഭങ്ങളിൽ രേവതി ടീച്ചറെ കാണുമ്പോൾ വിഷാദത്തിന്റെ പ്രതിരൂപമാണെന്ന് തോന്നാറുണ്ട്.

ടീച്ചറെപ്പറ്റി കുഞ്ഞമ്മ പറയുന്നത് കേട്ടിട്ടുണ്ട്.

"മിന്നുകെട്ടിയോനെ ആട്ടിയോടിച്ച് വന്നിരിക്കുന്ന ഒരു മിട്രസ്സ്...."

ടീച്ചർ അങ്ങനെ ചെയ്തിരിക്കുമോ? അവൾക്ക് വിശ്വസിക്കാൻ കഴിയുന്നില്ല. സ്നേഹിക്കാൻ മാത്രം അറിയുന്ന ടീച്ചർ.

ആ വീടുതന്നെ ഒരു കോവിലാണെന്നു അവൾക്ക് തോന്നിയിട്ടുണ്ട്. തന്റെ പ്രയാസങ്ങളെല്ലാം ഇറക്കിവെക്കാൻ കഴിയുന്നത് അവിടെ ചെല്ലുമ്പോഴാണ്.

ടീച്ചറുമായി കൂടുതൽ അടുക്കാനിടയായ ആ ദിവസം അവൾക്കൊരിക്കലും മറക്കാൻ കഴിയില്ല.

യൂണിഫോം ഇട്ട് ചെല്ലാഞ്ഞതിന് അന്നു മുഴുവൻ ക്ലാസിനു പുറത്ത് നില്ക്കേണ്ടിവന്നു. മനഃപൂർവ്വമായിരുന്നില്ല. ആകെ ഒന്നേ ഉള്ളൂ.

തലേദിവസം മുഴുവൻ നനഞ്ഞുപോയി. പിറ്റേന്ന് നോക്കിയപ്പോൾ അല്പംപോലും ഉണങ്ങിയിട്ടില്ലായിരുന്നു.

അന്നു വൈകിട്ട് സ്കൂളിൽനിന്ന് മടങ്ങിപ്പോരുമ്പോൾ ടീച്ചറുടെ ഒപ്പം നടന്നെത്തി.

"മല്ലികയുടെ വീടെവിടെയാണ്?"

ചോദ്യംകേട്ട് അവൾ അമ്പരന്നു. തന്റെ പേരെങ്ങനെ ടീച്ചർ അറിഞ്ഞു? ഒരു ദിവസംപോലും തങ്ങളുടെ ക്ലാസിൽ വന്നിട്ടില്ലല്ലോ.

"ടീച്ചർ താമസിക്കുന്നതിന് അടുത്ത് തന്നെയാണ്."

"അതു ഞാനറിഞ്ഞില്ല. എന്തേ ഇന്ന് ക്ലാസിനു പുറത്ത് നിന്നിരുന്നത്?"

അവൾക്കൊന്നുംതന്നെ ഉരിയാടാൻ കഴിഞ്ഞില്ല.

"പഠിക്കാഞ്ഞിട്ടുതന്നെ - അല്ലേ?"

പെട്ടെന്ന് അവൾ തേങ്ങിപ്പോയി.

യൂണിഫോം ഇടാഞ്ഞതിനാണെന്ന് പറഞ്ഞൊപ്പിക്കാൻ അവൾ ഏറെ നേരമെടുത്തു.

"സാരമില്ല. ഇനി ആവർത്തിക്കാതെ നോക്കിയാൽ മതി. നമ്മുടെ സ്കൂളിൽ യൂണിഫോം നിർബ്ബന്ധമാണെന്നറിയില്ലേ? നിങ്ങൾ മുതിർന്ന കുട്ടികൾ തന്നെ പതിവു തെറ്റിച്ചാലോ..."

അവൾക്ക് കൂടുതലൊന്നും പറയാൻ കഴിഞ്ഞില്ല.

വീട്ടിലേക്ക് തിരിയുന്ന വഴിയിൽ വെച്ച് ടീച്ചർ പറഞ്ഞു:

"ഒരു ദിവസം വീട്ടിലേക്ക് വരൂ."

അടുത്ത ഒഴിവുദിവസം തന്നെ മല്ലിക അവിടെചെന്നു. പിന്നെ അതൊരു പതിവുശീലമായി. ടീച്ചർക്കുവേണ്ടി എന്തെങ്കിലും ചെയ്യാൻ കഴിയുന്നത് അവൾക്ക് ഏറെ ആനന്ദകരമായി തോന്നി.

കുഞ്ഞമ്മയുടെ ശകാരവാക്കുകൾ താങ്ങാനുള്ള ആത്മബലം നേടിയത് അവിടെനിന്നാണ്.

ഇന്ന് അച്ഛനോട് എന്തൊക്കെയാണാവോ ഏഷണി കൂട്ടിക്കൊടുക്കുക എന്നവൾ ഭയന്നു. പക്ഷേ, പിന്നീടൊന്നും ഉണ്ടായില്ല.

പത്താം ക്ലാസിലായതിൽ പിന്നെ അവൾക്ക് പഠിക്കാൻ വേണ്ടി ഒഴിഞ്ഞുകിട്ടിയതാണ് ഈ ചായ്പുമുറി. അവളുടെ അഭയകേന്ദ്രം.

"അദ്ധ്വാനിച്ച് സ്വന്തമായി ജീവിക്കുന്നതിലാണ് കുട്ടീ ഏറ്റവും അധികം സംതൃപ്തി."

ടീച്ചറുടെ ഈ വാക്കുകൾ അവൾക്ക് ഒരു പുതിയ ശക്തി നല്കിയിരിക്കുകയാണ്. പഠിക്കണം - എങ്ങനെയെങ്കിലും ഒരു ജോലി സമ്പാദിക്കണം. അതാണിനി തന്റെ ലക്ഷ്യം. അവൾ ആവർത്തിച്ചുറപ്പിച്ചു.

എന്തൊക്കെയായാലും കുഞ്ഞമ്മയ്ക്കു ടീച്ചറെ പുച്ഛമാണ്. പക്ഷേ, അതെല്ലാം അവളോടു പറയുമ്പോൾ മാത്രമേയുള്ളൂ.

ഒരിക്കൽ ടീച്ചർ വീട്ടിൽ വന്നപ്പോൾ കുഞ്ഞമ്മയുടെ അഭിനയംകണ്ട് അവൾ അന്തിച്ചുപോയി.

"ആരാ ഈ വന്നിരിക്കുന്നത്. വല്യോരൊക്കെ ഈ പാവങ്ങടെ വീട്ടിലേക്ക് വരോ."

ഇത്ര ഭവ്യതയോടെ കുഞ്ഞമ്മ പറയുന്നത് ആരോടാണെന്ന് എത്തിനോക്കിയപ്പോൾ...

ടീച്ചർ!....

അവൾ കുളികഴിഞ്ഞ് മുടി ചീകുകയായിരുന്നു.

വല്ലാത്ത ജാള്യം തോന്നി. വീടിന്റെ ഒരു പടുതി. അവൾക്ക് പുറത്തു വരാൻ മനസ്സു വന്നില്ല. ഇനി എന്നും ഉമ്മറമെല്ലാം അടിച്ചുവാരി വൃത്തിയാക്കി വെക്കണമെന്ന് അവൾ മനസ്സിലുറച്ചു.

"മല്ലികയുടെ അമ്മയാണല്ലേ?"

നനുത്ത സ്വരം.

"അതേയതെ. ഇവൾടച്ഛൻ എന്നെ കല്യാണം കഴിച്ചുകൊണ്ടന്നപ്പോദേ ഇത്രേണ്ടായിരുന്നുള്ളൂ ഇവള്. എന്നും വയറിളക്കോം ശർദ്ദീം തന്നെ. പക്ഷിപീഡ പിടിച്ചുന്തിയ ഒരു കുട്ടി. അന്നുതൊട്ട് ഞാനാ നോക്കി വളർ

ത്തോ്യ..."

കുഞ്ഞമ്മയുടെ ഉറക്കെയുള്ള സംസാരം കേട്ട് അവൾക്ക് അറപ്പു തോന്നി.

വേഗം ഉമ്മറത്തേക്കു വന്ന അവളെക്കണ്ട് ടീച്ചർ പറഞ്ഞു.

"ഈ ലീവ് ലെറ്റർ ഹെഡ്മാസ്റ്ററുടെ കൈയിൽ കൊണ്ടു കൊടുക്കണം. മല്ലിക ഒരുങ്ങിയില്ലേ? സമയമായല്ലോ."

"ടീച്ചർക്കു സുഖമില്ലേ?"

അവൾ ഉൽക്കണ്ഠാകുലയായി.

"ഒരു ചെറിയ തലവേദന. സാരമില്ല."

അപ്പോഴേക്കും കുഞ്ഞമ്മ ചൂരൽക്കസേര കൊണ്ടുവന്നു കഴിഞ്ഞു.

"ഇവിടെത്തന്നെ ഇരിക്കാം."

"ഇരിക്കുന്നില്ല. ഞാൻ പോകട്ടെ. പിന്നെ വരാം."

"അത് പറ്റില്ല. ആദ്യമായി ഞങ്ങൾടെ വീട്ടിൽ വന്നിട്ട്.... ഒരു ചായയെങ്കിലും കുടിക്കാതെ..."

അകത്തേക്ക് കയറിപ്പോയ കുഞ്ഞമ്മയെ നോക്കി അവൾ തരിച്ചു നിന്നു.

ഇപ്പോൾ ശർക്കരയിട്ട കടുംചായയും കൊണ്ട് വരും. സല്ക്കരിക്കാൻ നല്ലതൊന്നുമില്ലെങ്കിൽ ഇവർക്കു മിണ്ടാതിരുന്നുകൂടേ....

അവളുടെ മുഖത്തെ ദയനീയത കണ്ടിട്ടാവണം.

ടീച്ചർ പറഞ്ഞു:

"മല്ലിക പൊയ്ക്കോളൂ. ലീവെത്തിക്കാൻ വൈകേണ്ട. ഞാൻ ഇവിടെ അല്പം ഇരുന്നിട്ടേ പോകുന്നുള്ളൂ."

മനസ്സില്ലാമനസ്സോടെ അവളിറങ്ങി നടന്നു.

വഴിനീളെ അവളുടെ മനസ്സ് കേണുകൊണ്ടിരുന്നു.

വർത്തമാനത്തിന് ഒരാളെ കിട്ടിയാൽ കുടുംബചരിത്രം മുഴുവൻ കേൾപ്പിച്ചിട്ടേ കുഞ്ഞമ്മ വിടുകയുള്ളൂ. അവസാനിപ്പിക്കുന്നതിങ്ങനെയായിരിക്കും.

"ഞാനിങ്ങനെ കഴിയേണ്ടവളല്ല. ഇങ്ങോട്ട് കെട്ടിയെടുത്തേപ്പിന്നെ തൊടങ്ങീതാ എന്റെ ദുരിതം."

എത്രയോ തവണ കേട്ടിട്ടുള്ളതിന്റെ ആവർത്തനം.

സ്കൂൾ വിട്ടു വന്ന ഉടനെ അവൾ ടീച്ചറുടെ വീട്ടിലേക്കോടി. പുറത്തൊന്നും ആരെയും കണ്ടില്ല. വാതിൽ തുറന്നുകിടപ്പുണ്ട്.

അകത്തേക്ക് പാളിനോക്കിയപ്പോൾ ടീച്ചറും അമ്മയും കിടക്കുന്നതു കണ്ടു. ഉറങ്ങുകയായിരിക്കുമെന്നവൾ കരുതി.

മെല്ലെ അകത്തു കടന്നു ചാരിക്കിടന്ന അടുക്കളവാതിൽ തുറന്നു. അവർ എഴുന്നേല്ക്കുമ്പോഴേക്കും സൂത്രത്തിൽ ചായയിടാം എന്നവൾ കരുതി.

ടീച്ചറാണ് നല്ല ചായയുണ്ടാക്കാൻ അവളെ പഠിപ്പിച്ചത്. അന്നു

പറഞ്ഞു:

"എനിക്ക് സുഖമില്ലാതായാൽ മല്ലികയല്ലേ സഹായിക്കാനുള്ളത്."

അതിനു പറ്റിയ സന്ദർഭം വന്നിരിക്കുന്നു.

അവൾ വെള്ളം അടുപ്പിൽവെച്ചു. പാത്രത്തിൽ പൊടിയിട്ട്, തിളപ്പിച്ച വെള്ളം അതിലേക്കൊഴിക്കുകയാണ് വേണ്ടത്.

അങ്ങനെതന്നെ ചെയ്തു.

പാലെവിടെയാണിരിക്കുന്നതെന്ന് കണ്ടുപിടിക്കാൻ ഒരു പരിശോധന തന്നെ വേണ്ടിവന്നു. എത്ര വൃത്തിയായിട്ടാണ് പാത്രങ്ങളെല്ലാം അടുക്കി വെച്ചിരിക്കുന്നത്!

പാൽപ്പാത്രത്തിന്റെ മൂടി തുറക്കുന്ന ശബ്ദം കേട്ടിട്ടാവണം അമ്മ എഴുന്നേറ്റു വന്നു.

"എന്താ ഇത്. പൂച്ചയോ മറ്റോ വാതിൽ തള്ളിത്തുറന്നോന്ന് സംശയിച്ച് ഓടിവരാണ് ഞാൻ."

അവൾ പുഞ്ചിരിയോടെ നിന്ന് ചായകൂട്ടി രണ്ടു ഗ്ലാസുകളിൽ പകർന്നു.

"കെടക്കാറ് പതിവില്ലാത്തതാണ്. ഇന്നെന്തോ.... കിടന്നപ്പോ ഞാനും ഒന്നു മയങ്ങി. മല്ലിക വന്നത് അറിഞ്ഞില്ല... ട്ടോ."

"അമ്മ ആരോടാണ് കാര്യം പറയുന്നത്?" എന്ന് ചോദിച്ചുകൊണ്ട് ടീച്ചറും വന്നെത്തി.

"ഈ കുട്ടി ഇവിടെവന്ന് ചായയുണ്ടാക്കിക്കഴിഞ്ഞിട്ടും നമ്മള് രണ്ടാളും അറിഞ്ഞില്ല!"

"നന്നായിട്ടുണ്ടോ ആവോ." തന്റെ സ്വാതന്ത്ര്യം അതിരു കടന്നു പോയോ എന്ന സംശയത്തോടുകൂടിത്തന്നെ അവൾ പതുക്കെ പറഞ്ഞു.

"നന്നായില്ലെങ്കിൽ ഇമ്പോസിഷൻ. അഞ്ച് പ്രാവശ്യം കൂടി ചായയുണ്ടാക്കിക്കും."

അവൾ ചിരിച്ചുപോയി.

വീട്ടിൽ തിരിച്ചെത്തിയ അവളെ കണ്ടതും കുഞ്ഞമ്മ ശകാരം തുടങ്ങി.

"സ്കൂളീന്ന് വന്നാലെങ്കിലും ഒരു സഹായത്തിന് കിട്ട്വോ. ബാക്കിള്ളോർ വെളുപ്പിനുതൊട്ടേ കെടന്ന് കഷ്ടപ്പെടണതല്ലേ. ഒന്നിനൊക്കോണം പോന്ന വാല്യേക്കാരത്ത്യേള് അങ്ങനെ സർക്കീട്ട് നടക്ക്ന്നെ."

പറയുന്നത് ശരിയാണെന്നവൾക്കും തോന്നാതിരുന്നില്ല.

പാത്രത്തിൽ വെള്ളം കോരി നിറയ്ക്കാമെന്നു കരുതി അവൾ കിണറ്റിൻ കരയിലെത്തി.

"ചായണ്ട് ദാ അടുക്കളേല് വെച്ചിരിക്ക്ണ്. അതിനൊന്നും മൊടക്കം വരുത്തണ്ട."

ഒരശരീരി കേട്ടു.

"ചായ ഞാൻ അവടന്ന് കുടിച്ചു. ടീച്ചർക്ക് സുഖല്യാത്തോണ്ട് ഞാനേ ചായണ്ടാക്കിക്കൊടുത്തത്. അതാണ് ഞാൻ വൈകിയത്." അവൾ വിനയ

പൂർവ്വം പറഞ്ഞു.

"അത് ശരി." അവർ വീണ്ടും ഒച്ചവെച്ചു.

"ഇപ്പളല്ലേ കാര്യം തിരിഞ്ഞത്. അവര് ഈ കുട്ട്യെ എപ്പളും ഇങ്ങനെ വിളിക്കണത് പണിട്പ്പിക്കാൻ തന്ന്യാ.... അവർക്ക് വേണെങ്കി പണം കൊടുത്ത് ആളെ നിർത്തിക്കൂടേ.... ചുരുങ്ങീത് ഒരു അമ്പതുറുപ്പികേങ്കിലും കൊടുക്കാണ്ടെ ഒരാളെ പണിക്കു കിട്ട്വോ..."

അവൾ സ്തംഭിച്ചുപോയി. ടീച്ചർ ഒരിക്കലും അവിടത്തെ ജോലി എടുക്കണമെന്ന് പറഞ്ഞിട്ടില്ല. അവൾക്ക് അത് വിളിച്ചുപറയണമെന്നു തോന്നി.

ഒരു പഴുതു കിട്ടിയപ്പോൾ അവൾ പറഞ്ഞു.

"ഞാൻ എന്റെ ഇഷ്ടത്തിനാണ് അവിടെ വല്ലതും ചെയ്യുന്നത്. അല്ലാതെ അവരാരും...."

മുഴുവൻ പറയാനിട കിട്ടിയില്ല.

"നിന്റെ ഇഷ്ടത്തിന് നടക്കും അല്ലേ? ഇന്നിങ്ങട് വരട്ടെ. നിന്നെ നിന്റെ ഇഷ്ടത്തിനു നടത്താനാണോ ഭാവം എന്നു ചോദിക്കണം. അവളും അവളുടെയൊരു മിട്രസ്സും...." അവർക്ക് അരിശം പുകയുകയാണ്.

"തന്നിഷ്ടക്കാരത്തി തന്ന്യല്ലേ. അവൾടൊപ്പം കൂടിക്കോ നീയും. ഒരു താന്തോന്നി മിട്രസ്സ്...."

അവൾക്കു നില തെറ്റുകയായിരുന്നു.

"ടീച്ചറെപ്പറ്റി ഇനി ഒരക്ഷരം ഇവിടെ മിണ്ടരുത്! നിങ്ങളും അത്ര തെളിഞ്ഞ പുള്ളിയൊന്നുമല്ല.... എന്റെ അച്ഛനെ...."

ശബ്ദത്തിനിത്ര കരുത്ത് കിട്ടിയതെങ്ങനെയെന്ന് അവൾക്കുതന്നെ അത്ഭുതമായിരുന്നു.

അതവർക്കൊരടിയായിരുന്നു. എന്തിനുംപോന്ന അവളുടെ നില്പ് കണ്ടിട്ടാവണം കുഞ്ഞമ്മ ഒന്നറച്ചു. പക്ഷേ, അത് അല്പസമയത്തേക്ക് മാത്രമേ ഉണ്ടായുള്ളൂ.

"എന്താടീ നീ എനിക്കു കണ്ട കുറ്റം? പറയെടീ! പറയ്...."

സംഹാരരുദ്രയെപ്പോലെ ആഞ്ഞടുക്കുന്നതു മാത്രമേ അവൾക്കോർമ്മയുള്ളൂ. അവൾ ഒരു മരംപോലെ നിന്നു. പുകയുന്ന കവിളത്ത് തലോടുവാൻ പോലും കൈയുയർന്നില്ല.

മൂന്ന്

ബസിറങ്ങി വീട്ടിലേക്ക് നടന്നു. കണ്ണുമിഴിയുന്നില്ല. ശക്തമായ തല വേദന. തലവേദനയോ? നീറിപ്പടരുന്ന ആത്മവേദനയോ? എതിരെ വരുന്ന പരിചയക്കാർക്കൊന്നും മുഖം കൊടുത്തില്ല. ഒരു വിറയൽ ശരീരത്തെ ആകെ ഗ്രസിച്ചിരിക്കുന്നു.

തിരിവിലെത്തിയപ്പോൾ ഒന്നു സംശയിച്ചു. രേവതി ടീച്ചറുടെ വീട്ടി ലേക്ക് പോയാലോ - അല്ലെങ്കിൽ ചെന്നിട്ടെന്തു പറയാൻ?

വീട്ടിലേക്കു തന്നെ തിരിഞ്ഞു. ഉമ്മറത്ത് ആരുമില്ലാഞ്ഞത് ഭാഗ്യം. തന്റെ മുഖം ആരും കാണേണ്ട. ചായ്പുമുറിയിലെത്തി, നീണ്ട തുണി ബാഗ് വലിച്ചെറിഞ്ഞു. ചുരുട്ടിവെച്ച കോസടിയിൽ തലവെച്ച് കിടന്നു.

കണ്ണുകൾ ചുമരിൽ അലഞ്ഞപ്പോൾ, കലണ്ടറിൽ കുഞ്ഞിന് തല വേദന സംഹാരി പുരട്ടിക്കൊടുക്കുന്ന അമ്മയുടെ കള്ളപ്പുഞ്ചിരി. എല്ലാം താൻ കണ്ടുപിടിച്ചെന്ന ഭാവം.

കൈയെത്തിച്ച് കലണ്ടർ വലിച്ചുകീറി. നശിക്കട്ടെ! എല്ലാം നശിക്കട്ടെ! എത്ര പ്രതീക്ഷകളോടെയാണ് അതവിടെ തൂക്കിയതെന്ന് അവൾ ദുഃഖ ത്തോടെ ഓർത്തു.

പരീക്ഷ കഴിഞ്ഞ് തീരെ വിരസങ്ങളായ ദിവസങ്ങൾ തള്ളി നീക്കു കയായിരുന്നു. ആശിക്കാനും കാത്തിരിക്കാനും ഒന്നുമില്ലായിരുന്നല്ലോ. പട്ടിണിയും കഷ്ടപ്പാടും ഒരു വശത്ത്. ക്രൂരമായ പീഡനങ്ങൾ മറുവശത്ത്. അങ്ങനെ ജീവിതം വഴിമുട്ടി നിന്നപ്പോൾ രേവതി ടീച്ചറാണ് ഒരു ആശാ നാളം ചൂണ്ടിക്കാണിച്ചുതന്നത്.

“മല്ലിക പരീക്ഷ കഴിഞ്ഞ് ഇരിക്കുകയല്ലേ? ഇതാ ഈ പരസ്യമൊന്നു നോക്കൂ. തലവേദന സംഹരിക്കാരുടെയാണ്. കുറച്ചു സെയിൽസ്മാന്മാരെ ആവശ്യമുണ്ടത്രെ. ഏറ്റവും കൂടുതൽ മരുന്ന് ചെലവഴിക്കുന്ന മൂന്ന് പേർക്ക് സ്ഥിരമായി ജോലി കൊടുക്കുമെന്നും കാണുന്നു. ഒന്നു പരീക്ഷിച്ചു നോക്കിക്കൂടേ?”

അപ്പോൾ തോന്നിയ സന്തോഷത്തിനതിരില്ല. ടീച്ചറുടെ സഹായ ത്തോടെ അപേക്ഷയയച്ചു. താല്ക്കാലിക നിയമനം അറിയിച്ചുകൊണ്ടുള്ള കത്തു കിട്ടിയപ്പോൾ ആദ്യം ഓടിയത് ടീച്ചറുടെ അടുത്തേക്കായിരുന്നു.

“ഈ ജോലി സ്ഥിരമായി എനിക്കു കിട്ടിയെങ്കിൽ!”

“ആത്മവിശ്വാസമാണു കുട്ടീ ആദ്യം വേണ്ടത്.” ടീച്ചർ ആശ്വസിപ്പിച്ചു.

ആദ്യമായി മരുന്നു കമ്പനിക്കാരുടെ ആപ്പീസിൽ കടന്നുചെന്നപ്പോൾ ആകെ പരിഭ്രമമായിരുന്നു.

മാനേജർ തടിച്ച കണ്ണടയ്ക്കിടയിലൂടെ നോക്കി ചോദിച്ചു.

“മല്ലിക എന്നല്ലേ പേര്?”

“അതേ” എന്നു തലയാട്ടി.

“ഇതാ, ഇവിടത്തെ നിബന്ധനകളാണ്” അദ്ദേഹം ഒരു കടലാസ്

നീട്ടിക്കൊണ്ടു പറഞ്ഞു.

തനിക്കെല്ലാ നിബന്ധനകളും സമ്മതമായിരുന്നില്ലേ?

“ദിവസവും പത്തു രൂപവീതം നിങ്ങൾക്കു പ്രതീക്ഷിക്കാം. പിന്നെ കൂടുതൽ മരുന്നു ചെലവാക്കുന്നതിനനുസരിച്ച് കമ്മീഷൻ.”

ഒന്നു നിർത്തിയിട്ട് അദ്ദേഹം തുടർന്നു:

ജോലി സ്ഥിരപ്പെടുത്തുന്നതു ഏറ്റവും കൂടുതൽ ഉല്പന്നം ചെലവാക്കുന്ന മൂന്നുപേർക്ക് തന്നെയായിരിക്കും.

ദിവസം പത്തു രൂപ!... മനസ്സ് തുള്ളിപ്പോയി.

ആദ്യത്തെ ദിവസങ്ങളിൽ വലിയ ആഹ്ലാദമായിരുന്നു. ആകെ പതിനെട്ടു പേരുണ്ടായിരുന്നു. ആർക്കൊക്കെയാണാവോ ഭാഗ്യം വന്നെത്തുക...?

സ്കൂളുകളിലും ആപ്പീസുകളിലും മറ്റും കുറെയെണ്ണം ഒരുമിച്ചു ചെലവാകും. പകൽ മുഴുവൻ അലച്ചിലാണെങ്കിലും വൈകുന്നേരം പണം കൈയിൽ കിട്ടുമ്പോൾ എല്ലാവർക്കും വലിയ സന്തോഷമായിരുന്നു.

ദിവസേന വിറ്റുതീർത്ത കണക്ക് രേവതി ടീച്ചറെ അറിയിക്കും.

“ഈ നടത്തമൊക്കെ കഴിഞ്ഞ് എന്തിനാണു കുട്ടീ ഇങ്ങോട്ടോടി വരുന്നത്.”

“ഒരു സമാധാനത്തിനുവേണ്ടി.” ഇന്നലെ പറഞ്ഞു.

“നാളെ ഞങ്ങളുടെ വിധി നിർണ്ണയിക്കുന്ന ദിവസമാണ്.”

ടീച്ചർ കൃത്രിമമായ കോപത്തോടെ പറഞ്ഞു:

“താനിപ്പൊഴും പണ്ടത്തെ ആ കൊച്ചുകുട്ടി തന്നെ. എന്തും വരട്ടെ. ആത്മധൈര്യത്തോടെ നേരിടുകതന്നെ.”

അല്പം ചിന്തിച്ചിരുന്നശേഷം പൊടുന്നനെ വീണ്ടും പറഞ്ഞു: “തന്റേടമുള്ള ഒരു ചുണക്കുട്ടിയായി മല്ലികയെ കാണാനാണ് ഞാനിഷ്ടപ്പെടുന്നത്.”

ചുണക്കുട്ടിയായിട്ടുതന്നെയാണ് രാവിലെ വീട്ടിൽ നിന്നിറങ്ങിയത്. എല്ലാം ഇന്നുതന്നെ വിറ്റുതീർക്കണം. ജോലി സ്ഥിരമായി ലഭിക്കുമെന്നു തന്നെ വിശ്വാസം തോന്നിയിരിക്കുന്നു.

ടൗണിൽ ബസിറങ്ങിയപ്പോൾ ഉയർന്നു വരിവരിയായി നില്ക്കുന്ന ക്വാർട്ടേഴ്സുകൾ ദൃശ്യമായി. നാലു വരിയായി അടുത്തടുത്തു പണിതിട്ടുള്ള വീടുകൾ. എല്ലാം ഒരേപോലെ. വിവിധ വഴികൾ ഒരിടത്തുതന്നെ വന്നുചേരുന്നു. വഴി ശരിക്കും നോക്കി തിട്ടപ്പെടുത്തി. തിരിച്ചുവരുമ്പോൾ തെറ്റരുതല്ലോ.

ആദ്യത്തെ വീടിന്റെ പടി പൂട്ടിക്കിടക്കുന്നു. ഒരു ദുശ്ശകുനം പോലെ. കുറെ വീടുകൾ കയറിയിറങ്ങിയപ്പോഴേക്കും ഉച്ചയായി.

നാലഞ്ചു സ്ത്രീകൾ ഒരു വീടിന്റെ വരാന്തയിലിരുന്നു സംസാരിക്കുന്നു. യാത്രയ്ക്കൊരുങ്ങിയതുപോലെ. അവരുടെ മുന്നിലേക്ക് കയറിച്ചെല്ലുവാൻ സങ്കോചം. തന്റെ പഴകിപ്പിന്നിയ സാരി - മീതെ കമ്പനിക്കാർ

തന്ന ഓവർക്കോട്ടുള്ളതുകൊണ്ട് ഒരു സമാധാനം.

വിവരണം കേട്ടപ്പോൾ സാമാന്യത്തിലധികം തടിയുള്ള ഒരു സ്ത്രീ പറഞ്ഞു.

“ഇതിന് കടയിലും ഇത്രതന്നെ വിലയേ ഉള്ളല്ലോ.”

മറ്റുള്ളവർ തമ്മിൽത്തമ്മിൽ നോക്കി ചിരിച്ചു.

മനസ്സ് നൊന്തുവെങ്കിലും ഒന്നും പറഞ്ഞില്ല.

“അര ഡസൻ ഒന്നിച്ചെടുത്താൽ കമ്മീഷൻ തരാമോ.”

എല്ലിച്ച ഒരു സ്ത്രീ ചോദിച്ചു. കമ്മീഷൻ എന്നു കേട്ടപ്പോൾ എല്ലാവരും പരസ്പരം നോക്കി.

താൻ അമ്പരന്നുനില്ക്കെ, കൂട്ടത്തിൽ പ്രായമായ ഒരു സ്ത്രീ പറഞ്ഞു:

“നിങ്ങൾക്കാവശ്യമുണ്ടെങ്കിൽ വാങ്ങി ആ കുട്ടിയെ വിടൂ. ഇല്ലെങ്കിൽ അത് വേറെ വല്ലയിടത്തും ചെലവാക്കിക്കോളും.”

പിന്നെ ആരും ഒന്നും പറഞ്ഞില്ല. നിരാശയോടെ ഇറങ്ങിപ്പോന്നു. അടഞ്ഞ ഗേറ്റിനു പിന്നിൽ അവരുടെ പൊട്ടിച്ചിരികൾ!

ഭാഗ്യവതികളുടെ ലോകം. രേവതി ടീച്ചറെ ആ സ്ത്രീകളുമായി വെറുതെ താരതമ്യപ്പെടുത്തി നോക്കി.

ഏതോ ഒരു മൂകദുഃഖം ഒളിപ്പിച്ചു നടക്കുന്ന ടീച്ചറെവിടെ? ഈ പെണ്ണുങ്ങൾ എവിടെ?

ഓരോന്നു വിചാരിച്ചുനടന്ന് രണ്ടുമൂന്ന് വീടുകൾ കടന്നുപോയി. മുന്നിൽ അലുമിനിയം പെയ്ന്റിട്ട ഒരു ഗേറ്റ്. വീടിന്റെ മുൻവശത്തെ വാതിൽ തുറന്നു കിടക്കുന്നു.

ആളുണ്ടല്ലോ. സമാധാനിച്ചു. ഗേറ്റു തുറക്കുന്ന ശബ്ദം കേട്ടിട്ടാവണം ഒരാൾ വന്നുനോക്കി.

“എന്തുവേണം?”

ശബ്ദത്തിൽ പരുപരുപ്പ്.

“തലവേദന സംഹാരി വേണോ എന്ന് ചോദിക്കുകയായിരുന്നു. ഇവിടുത്തെ ചേച്ചിയെ ഒന്ന് വിളിക്കണം സാർ.” അയാളുടെ മട്ടു കണ്ടപ്പോൾ അങ്ങനെ പറയാനാണ് തോന്നിയത്.

അയാൾ ചിരിച്ചു. പിന്നെ അലസമായ മട്ടിൽ പറഞ്ഞു:

“ഓ... അവരൊക്കെ ഉച്ചയുറക്കമാണ്. ദുർമ്മേദസ്സ് വർദ്ധിപ്പിക്കാൻ.”

നില്ക്കുന്നിടത്ത് കത്തുന്ന വെയിൽ! അവളുടെ അകവും പുറവും ഉരുകി.

“ഇതു വാങ്ങാൻ അവരൊന്നും വേണ്ട. രണ്ടെണ്ണം ഞാനെടുത്തോളാം. വില എന്തുമാകട്ടെ.”

മരുന്നിന്റെ രണ്ടു കുപ്പികൾ വേഗം പുറത്തെടുത്തു.

അയാൾ അകത്തുപോയി എന്തോ പറയുന്നതുകേട്ടു. ഷർട്ടിട്ടുകൊണ്ടാണ് വീണ്ടും വന്നത്. പുറത്തുപോകാനാണെന്നു തോന്നുന്നു.

കുപ്പി വെച്ചുനീട്ടി. പണം കിട്ടിയാൽ വേഗം പോകാമായിരുന്നു. വിശപ്പുകൊണ്ട് വയർ കത്തിക്കാളുന്നു. അക്ഷമയോടെ നിന്നു.

"തന്റെ കാര്യം മറന്നിട്ടില്ല. ദാ അകത്ത് കൊടുത്തോളൂ."

അയാൾ പുറത്തിറങ്ങി.

കാറ്റത്ത് അടഞ്ഞുവരുന്ന വാതിൽ മെല്ലെ ഉന്തിത്തുറന്ന് അകത്തു കടന്നു. ആരെയും കാണുന്നില്ല. ചുമച്ചു ശബ്ദമുണ്ടാക്കി. പ്രതികരണം പിന്നിൽനിന്നായിരുന്നു.

തിരിഞ്ഞുനോക്കിയപ്പോൾ.... വാതില്ക്കൽ കത്തുന്ന കണ്ണുകൾ! തുളച്ചിറങ്ങുന്നു.

നിന്നുവിറച്ചു.

കൈത്തണ്ടയ്ക്ക് കടന്നുപിടിച്ച് അയാൾ പറഞ്ഞു.

"ബഹളമുണ്ടാക്കരുത്. ഉണ്ടാക്കിയാൽത്തന്നെ ഇവിടേക്കാരും വരില്ല. ഇവിടെ നമ്മൾ മാത്രം. ആരും അറിയില്ല. അറിയിച്ചാൽ മോശം നിനക്കു തന്നെ."

അവൾക്കു ശബ്ദം പുറത്തേക്കു വന്നില്ല. പൊളിച്ച വാ തുറന്നു തന്നെ നിന്നു.

അയാൾ തുടർന്നു:

"നിനക്ക് ജോലിസ്ഥിരത നേടിത്തരാനും ഞാൻ വിചാരിച്ചാൽ കഴിയും. മാനേജർ എന്റെ സുഹൃത്താണ്."

അനങ്ങാൻ കഴിയാതെ നിന്ന അവളെ സ്വല്പം നിന്ദയോടെ നോക്കി അയാൾ പറഞ്ഞു:

"അല്ലെങ്കിലും നീയൊന്നും അത്ര വലിയ സാവിത്രിയൊന്നുമല്ലെന്നെനിക്കറിഞ്ഞുകൂടേ?"

പെട്ടെന്ന് ഞെട്ടിയുണർന്നു. തന്റെ ജീവിതം ഈ വിഷസർപ്പത്തിനു ഹോമിക്കാനോ?...

എവിടുന്നാണിത്ര ശക്തി കിട്ടിയതെന്നറിഞ്ഞില്ല. കൈയിലുള്ള കുപ്പിക്കൊണ്ട് കണ്ണിനുതന്നെ ഒരു കുത്തുകൊടുത്തു.

ഹാവൂ... എന്നാക്രോശിച്ചതും മറ്റേ കൈയിലെ പിടുത്തം വിട്ടതും ഒന്നിച്ചായിരുന്നു.

പിന്നെ ബോധം വന്നപ്പോൾ ഓടുകയായിരുന്നു. ആരെങ്കിലും വഴിയിലുണ്ടായിരുന്നോ എന്തോ?

ബസ് സ്റ്റോപ്പിലെത്താൻ വളഞ്ഞു തിരിഞ്ഞ പല വഴികളിലൂടെയും നടന്നത് മാത്രം ഓർമ്മയുണ്ട്. അതിനിടയ്ക്ക് സമനില വീണ്ടെടുത്തു. സ്റ്റോപ്പിൽനിന്നിരുന്ന ഒരു ബസിൽ കയറിക്കൂടി.

"എന്തേ മോളേ വന്ന പാടേ കിടന്നത്?"

കുഞ്ഞമ്മയ്ക്കീയിടെ സ്നേഹം വർദ്ധിച്ചു വരികയാണ്.

"വല്ലാത്ത ഒരു ക്ഷീണം" കണ്ണു തുറക്കാതെ തന്നെ പറഞ്ഞു.

"ങ്ഏ. എന്നാൽ കാപ്പി ഇട്ടുതരാം."

അവർ പോയി.

ഈ പരിചരണവും സ്നേഹവും ഇനി എത്ര നേരത്തേക്കുണ്ടാകും?

ജോലി തനിക്കു കിട്ടില്ലെന്ന കാര്യം ഉറപ്പായിരിക്കുന്നു. ഇന്ന് ഏല്പിച്ചിരുന്നതിൽ പകുതിപോലും വിറ്റുതീർന്നിട്ടില്ലല്ലോ.

മറ്റുള്ളവരെല്ലാം തിരക്കിട്ട് എല്ലാം വിറ്റുതീർക്കുകയായിരിക്കും.

അവൾക്ക് ഒരു ദുഃഖവും തോന്നിയില്ല.

സന്ധ്യയായിട്ടുപോലും അവൾ എഴുന്നേറ്റില്ല. രാത്രി മുഴുവൻ ആലോചനയായിരുന്നു. ഒരെത്തും പിടിയും കിട്ടുന്നില്ല. തുടർന്നു പഠിക്കാൻ കഴിയുകയെന്നത് ഒരു അതിമോഹം മാത്രമാണെന്നവൾക്കറിയാം.

ഇത്രനാളും ഈ ജോലി കിട്ടുമെന്ന പ്രതീക്ഷയിൽ കുടുങ്ങിക്കിടന്നു. ഇനി ആ ആശയും വേണ്ട.

അന്ത്യയാമങ്ങളിലെപ്പോഴോ ഒന്നു മയങ്ങി. അടക്കിപ്പിടിച്ച സംസാരം കേട്ടാണ് ഉണർന്നത്. നേരം പുലർന്നിട്ടേ ഇല്ലല്ലോ.

അച്ഛന്റെ കൂർക്കംവലിയുടെ ആരോഹണാവരോഹണങ്ങൾ ശ്രദ്ധിച്ചുകൊണ്ട് കിടക്കവെ, വീണ്ടും സംസാരം.

അവൾ ചെകിടോർത്തു.

അടയാൻ കൂട്ടാക്കാതെ നിന്ന ജാലകപ്പഴുതിലൂടെ, നേർത്ത മഞ്ഞിൻമറയിലൂടെ അവൾ കണ്ടു; രണ്ടു നിഴലുകൾ. മങ്ങിയ നാട്ടുവെളിച്ചത്തിലും തിരിച്ചറിഞ്ഞു: കുഞ്ഞമ്മയോടൊപ്പം കണ്ട തടിച്ചു കുറുകിയ ആ രൂപം....

അച്ഛന്റെ ഉറ്റ സുഹൃത്ത്....

അവളുടെ തൊണ്ട വരണ്ടു. പുരയുടെ മേല്ക്കൂര ഈ നിമിഷം തകർന്ന് തന്റെ തലയിൽ വീണെങ്കിൽ എന്നവളാശിച്ചു.

എന്തൊക്കെയോ വിളിച്ചു പറയണമെന്നവൾക്കു തോന്നി. ഒന്നും ചെയ്യാനാകാതെ ചലനമറ്റു കിടക്കുന്ന അവളുടെ കാതുകളിൽ അച്ഛന്റെ താളാത്മകമായ കൂർക്കംവലി അപ്പോഴും വന്നു പതിച്ചു.

മനസ്സിലെവിടെയോ ഈർഷ്യ മുളപൊട്ടി.

ദൃഢനിശ്ചയത്തോടുകൂടിയാണ് പിറ്റേന്ന് എഴുന്നേറ്റത്. കുളികഴിഞ്ഞു വന്ന് ഉള്ളതിൽ ഭേദപ്പെട്ട സാരിയെടുത്തുടുത്തു. ടീച്ചറുടെ സമ്മാനമാണ്. വല്ല യാത്രയ്ക്കും ഉപയോഗിക്കാമെന്ന് കരുതി സൂക്ഷിച്ചുവെച്ചിരിക്കുകയായിരുന്നു. കണ്ണെഴുതി പൊട്ടുതൊട്ടു.

ലോകത്തോടുതന്നെ പ്രതികാരം ചെയ്യാനുള്ള പകയായിരുന്നു മനസ്സുനിറയെ.....

ബസിറങ്ങി വഴിതെറ്റാതെ നടന്നു.

അവളുടെ കാൽച്ചുവട്ടിൽ ഞെരിഞ്ഞമർന്ന ചരൽക്കല്ലുകൾ നെടുവീർപ്പിട്ടു.

വളഞ്ഞുതിരിഞ്ഞ് ഒരിടത്തുതന്നെ ചെന്നു ചേരുന്ന വഴികൾ ഇന്നവളിൽ പരിഭ്രാന്തിയുണ്ടാക്കിയില്ല.

വരിവരിയായി നില്ക്കുന്ന, ഒരുപോലെയുള്ള കെട്ടിടങ്ങളുടെ, മഞ്ഞ

ച്ചായമടർന്ന് വികൃതമായ ചുമരുകൾ അവളെ നോക്കി ഭ്രാന്തൻ ചിരി ചിരിച്ചു.

അലുമിനിയം പെയിന്റിട്ട ഗേറ്റ് ഇളവെയിലിൽ വെട്ടിത്തിളങ്ങി. തുറക്കാൻ വിസമ്മതിക്കുന്ന ഇരുമ്പുകൊളുത്ത് വലിച്ചുതുറക്കുമ്പോൾ അവൾ ഉള്ളിലുയർന്ന തേങ്ങലിന്റെ കഴുത്തു ഞെരിച്ചു.

വാതിലിൽ മുട്ടുമ്പോൾ കൈ വിറച്ചില്ല.

ഒരുനിമിഷം അവൾ കാത്തു. അപ്പോഴാണ് കോളിങ്ങ് ബെൽ കണ്ണിൽപ്പെട്ടത്.

ബെല്ലടിച്ചു; തുടരെത്തുടരെ.

"ആരത്?"

വെറുപ്പു കലർന്ന ചോദ്യം.

തുറന്ന വാതിലിനു മുമ്പിൽ കണ്ട പരിഭ്രമം കലർന്ന മുഖം അവൾക്കപരിചിതമായിത്തോന്നി.

നീരുവന്ന് ഇടുങ്ങിയ ഇടത്തെ കണ്ണിൽ ചെമ്പരത്തി.

"ഉം?"

ചോദ്യഭാവത്തിൽ അയാൾ മൂളി. ഒന്നും പറയാതെ തൊട്ടടുത്തു ചെന്ന് തല കുനിച്ചുനിന്നു.

തടിച്ചുമലർന്ന ആ ചുണ്ടുകളിൽ ഒരു പരിഹാസച്ചിരി വന്നെത്തിനിന്നത് അവൾ നിർവ്വികാരതയോടെ സങ്കല്പിച്ചു.

"എനിക്ക് ആ ജോലി വാങ്ങിത്തരണം."

അവളുടെ ശബ്ദം അവൾക്കുതന്നെ അപരിചിതമായിരുന്നു. എല്ലാം സഹിക്കാൻ തയ്യാറായ ശിലയായ നിമിഷങ്ങൾ!

മല്ലികയ്ക്ക് അവളെ തിരിച്ചുകിട്ടിയപ്പോൾ അവൾ രേവതി ടീച്ചറുടെ വീട്ടിലേക്കുള്ള തിരിവിലെത്തിയിരുന്നു.

നിമിഷങ്ങൾ കൊഴിയുന്തോറും മനസ്സിന്റെ നിശ്ചേതനത്വം മുഴുവൻ ഒഴുകിപ്പോകുന്നു.

ഒന്ന് പൊട്ടിക്കരയാൻ കഴിഞ്ഞിരുന്നെങ്കിൽ എന്നവൾ ആഗ്രഹിച്ചു.

താൻ താനല്ലാതായിത്തീർന്ന നിമിഷങ്ങൾ!

ആ ദുർബ്ബല നിമിഷങ്ങളെ അവൾ ഒരായിരം വട്ടം ശപിച്ചു.

അറച്ചറച്ച് ഉമ്മറത്തേക്കു കയറുമ്പോൾ പണിപ്പെട്ടു വരുത്തിയ പുഞ്ചിരി വികലമായിപ്പോയെന്ന് അവൾക്ക് തന്നെ തോന്നി.

ഒരു നിമിഷം അവളുടെ കാലുകൾ നിശ്ചലങ്ങളായി.

ഈ ശ്രീകോവിൽ തൊട്ടശുദ്ധമാക്കാൻ തനിക്കർഹതയുണ്ടോ? പെട്ടെന്നവൾക്ക് എങ്ങുനിന്നോ ഒരാത്മധൈര്യം കൈവന്നു.

ഇല്ല! അത്രയ്ക്ക് ദുർബ്ബലമായിക്കൂട.

കാൽപ്പെരുമാറ്റം കേട്ടിട്ടാവാം പുറത്തേക്കുവന്ന അമ്മ പറഞ്ഞു:

"രേവതി അകത്തുണ്ട്. കിടക്കുകയാവും. രണ്ടു ദിവസമായി ഒരു നീർദ്ദോഷം. മല്ലികയെ ഇന്നലെ കണ്ടില്ലല്ലോ എന്നു പറഞ്ഞിരിക്കുകയാ

യിരുന്നു.”

അവൾ പതുക്കെ അകത്തേക്ക് കടന്നുചെന്നു.

ഏതോ ആൽബത്തിന്റെ പേജുകൾ മറിച്ചുകൊണ്ട് സെറ്റിയിൽ ചാരിക്കിടക്കുകയായിരുന്നു ടീച്ചർ.

കണ്ണുകൾ ഒരു ഫോട്ടോവിൽ തറച്ചിരിക്കുന്നു; ആ കണ്ണുകളിൽ ഈർപ്പം....!

പാദപതനം കേട്ട് അവർ തിരിഞ്ഞു നോക്കി.

“മല്ലികയോ? എന്താ വല്ലാതിരിക്കുന്നത്?”

ഒന്നും പറയാനാകാതെ അവൾ പകച്ചുനിന്നു. പാറിപ്പറന്ന തലമുടിയും കുണ്ടിലാണ്ട കണ്ണുകളും പതറിയ നോട്ടവും കണ്ട് ടീച്ചർ അല്പമൊരത്ഭുതത്തോടെ തുടർന്ന് ചോദിച്ചു:

“എന്തേ കുട്ടീ നിനക്കു പറ്റിയത്? കണ്ണും മുഖവും കണ്ടാൽ ഒരു പ്രേതത്തെപ്പോലെയിരിക്കുന്നല്ലോ? പറയൂ. രണ്ടുദിവസം മുമ്പ് കണ്ട മല്ലികയാണോ ഇത്?”

തനിക്കൊന്നും പറ്റിയില്ലെന്ന് പറയാൻ അവൾ ഒരു വൃഥാശ്രമം നടത്തി. അതു ഫലിച്ചോ?

ഒടുവിൽ ടീച്ചർ തന്നെ പറഞ്ഞു:

“ഈ കൊടുംവെയിലിൽ അലഞ്ഞു നടന്നിട്ടാവും. അതോ ജോലി ലഭിക്കുകയില്ലെന്ന വേവലാതികൊണ്ടോ?”

പൊട്ടിക്കരഞ്ഞുപോകുമോ എന്നവൾ ഭയന്നു.

അവളെ അരികിൽ പിടിച്ചിരുത്തി ടീച്ചർ പറഞ്ഞു.

“ഒന്നും സാരമില്ല കുട്ടീ.... ഇങ്ങോട്ടു നോക്കൂ. മല്ലിക കണ്ടിട്ടുണ്ടോ ഞങ്ങളുടെ വെഡ്ഡിങ് ഫോട്ടോ....?”

ആർദ്രമാവാൻ തുടങ്ങിയ മിഴികളുയർത്തി അവർ തുടർന്നു:

“എല്ലാം എത്ര എളുപ്പം അവസാനിച്ചു” വാക്കുകളിൽ നഷ്ടബോധം അലയടിച്ചിരുന്നോ?

പിന്നീട് പറഞ്ഞതൊന്നും അവൾ കേൾക്കുകയുണ്ടായില്ല. ആ ഫോട്ടോവിലേക്ക് തുറിച്ചുനോക്കിയിരിക്കാനേ കഴിഞ്ഞുള്ളൂ.

ഇടത്തെ പുരികത്തിനു താഴെ... കറുത്ത അരിമ്പാറ!

അതെ ആ ദുഷ്ടൻ....

ഈ....ശ്വ....രാ....! ആ വിളി അവളുടെ നെഞ്ചിലമർന്നു വിങ്ങി.

നോക്കിയിരിക്കെ ആ അരിമ്പാറ വലുതാകുന്നു! വലുതായി വലുതായി അത് മുഖം മുഴുവൻ നിറയുന്നു! അത് തുള്ളിത്തുള്ളി തന്റെ നേർക്കടുക്കുന്നു! അതിന് കൂർത്തുവളഞ്ഞ കൊക്ക്?

നീണ്ട നഖങ്ങൾ?

അള്ളിപ്പിടിക്കുന്നു....

കൊത്തിപ്പറിക്കുന്നു.

കൂർത്ത നഖങ്ങൾ ആഴ്ന്നിറങ്ങുന്നു!

"അയ്യോ... ഹെന്റമ്മേ" ....

പറയാൻ കരുതിവെച്ചിരുന്ന വാക്കുകൾ ചേതനയോടൊപ്പം നഷ്ട പ്പെടുകയായിരുന്നു.

തുറിച്ച കണ്ണുകൾ ഫോട്ടോവിൽ തന്നെ പതിപ്പിച്ച് പ്രതിമപോലെ യിരിക്കുന്ന മല്ലികയുടെ സമീപത്ത് ഒന്നുംതന്നെ മനസ്സിലാക്കാൻ കഴി യാതെ രേവതി ടീച്ചർ മറ്റൊരു പ്രതിമയായി!

പാപികളുടെ സുവിശേഷം

ഒറോതച്ചേടത്തി മരിച്ചു. ഒരു മുന്നറിയിപ്പുമില്ലാതെ കർത്താവിൽ നിദ്ര പ്രാപിച്ചു. ആത്മത്തിനുവേണ്ടുന്ന അന്ത്യകൂദാശകളെല്ലാം കൈക്കൊണ്ടിട്ടു തന്നെ. അതുപിന്നെ അങ്ങനെയല്ലാതെ വരുമോ? ഒറോതച്ചേടത്തി ഒരു തികഞ്ഞ സത്യക്രിസ്ത്യാനിയായിരുന്നല്ലോ.

എന്നും ആദ്യത്തെ കുർബ്ബാനയ്ക്കു തന്നെ അവർ പള്ളിയിലെത്തുമായിരുന്നു. അഞ്ചുമണിക്ക് ഒറോതച്ചേടത്തിയുടെ സൈറൺ കേട്ടാണ് അയൽക്കാരനായ ഞാനുണരുക. അതായത് ഉച്ചസ്ഥായിയിൽ തുടങ്ങി ക്രമപ്രവൃദ്ധമായി കുറഞ്ഞ്, പതിയെ അവസാനിക്കുന്ന സുദീർഘമായ കോട്ടുവാ. അതോടെ അവരുടെ ദിവസം ആരംഭിക്കുകയായി; എന്റെയും. നമ്മുടെ ശ്രീമതിക്കു പക്ഷേ, ഈ ശബ്ദം അരോചകമാണ്. തുടങ്ങി, തള്ള.... ശല്യം.... എന്നു പിറുപിറുത്തുകൊണ്ട് അവൾ തിരിഞ്ഞുകിടക്കും. ഞാനും ഒറോതച്ചേട്ടത്തിയും പ്രഭാത കൃത്യങ്ങളിലേക്കും തിരിയും.

തലേദിവസം അഴിച്ചു മടക്കിവച്ച മുണ്ടുമെടുത്തുടുത്ത് അവർ പള്ളിയിലേക്ക് യാത്രയാവും. സ്വല്പം ആരോഗ്യം നേടിയെടുക്കാനെന്ന വ്യാജേന ഈയുള്ളവൻ പ്രഭാത വ്യായാമമെന്ന പ്രഹസനത്തിനും. കൃത്യം ആറടിക്കാതെ ശ്രീമതിയുടെ കൈയിൽ നിന്നൊരു ചായകിട്ടുക അസംഭവ്യമെന്ന സത്യം പുറത്തു പറയാൻ കൊള്ളുമോ?

ഒറോതച്ചേടത്തി വളരെ തിടുക്കത്തിലാണ് നടക്കുക. ഇത്ര ധൃതിയെന്തിന് എന്നു ചോദിച്ചാൽ, കുഞ്ഞുങ്ങൾ ഉണരുംമുമ്പ് ഇങ്ങെത്തണം എന്നു പറയും. കുഞ്ഞുങ്ങളെന്നു പറഞ്ഞാൽ മക്കളോ പേരക്കിടാങ്ങളോ ഒന്നുമല്ല; കോഴിക്കുഞ്ഞുങ്ങൾ.

ആകെ പത്തറുപത് അന്തേവാസികളുള്ളതിൽ പറക്കമുറ്റാത്ത കുറെ കൊച്ചു കുഞ്ഞുങ്ങൾ. അവർക്ക് പെറ്റമ്മമാർ രണ്ടുണ്ടെങ്കിലും പോറ്റമ്മ

ഒന്നേയുള്ളൂ.

പള്ളിയിൽനിന്നു വന്നാൽ അമ്മയെയും കുഞ്ഞുങ്ങളെയും മോചിപ്പിക്കുകയാണ് ആദ്യം ചെയ്യുക.

വ്യായാമത്തിനുള്ള ഓട്ടവും കഴിഞ്ഞ് വീട്ടിലെത്തി ചൂടുചായ രുചിച്ച് പത്രവും നിവർത്തി ഞാൻ ഗമയിലങ്ങനെ ഇരിക്കുമ്പോൾ കേൾക്കാം അരമണിയും ചിലമ്പും പോലെ ഒരു മേളം. അമ്മയും കുറേ മക്കളും ഒറോതച്ചേട്ടത്തിയുടെ വളപ്പിലും കുഞ്ഞുങ്ങൾ നാലഞ്ചുപേർ ഞങ്ങളുടെ മുറ്റത്തുമായി വായ്ത്താരി മുഴക്കുകയായിരിക്കും. ഒപ്പം ഒറോതച്ചേട്ടത്തിയുടെ പശ്ചാത്തല വിവരണവും. “വെളുക്കാനെടയില്ല. അപ്പളയ്ക്കും മതിലുചാടി. ഇങ്ങനെ ഒരു കരുത്തും കെട്ട സന്തതികൾ....”

ഇതു കുഞ്ഞുങ്ങളെപ്പറ്റി. പിന്നെ പറയും. “പോ. പോയി മക്കളെ കൂട്ടിക്കൊണ്ടുവാ.”

അത് തള്ളക്കോഴിയോട്.

ഒരു ഓലത്തുമ്പുകൊണ്ട് എല്ലാ പരിവാരങ്ങളെയും ഞങ്ങളുടെ വളപ്പിലേക്ക് ആനയിച്ചു കഴിഞ്ഞാൽ ഒറോതച്ചേട്ടത്തിക്കും എനിക്കും ആശ്വാസമായി.

ഭാര്യ പറയുന്നത് കുഞ്ഞുങ്ങളത്ര ചീത്തയല്ലെന്നാണ്. അവരുടെ മതിലുചാട്ടത്തിനു പിന്നിൽ ഒറോതച്ചേട്ടത്തിയുടെ കൈകൾ പ്രവർത്തിക്കുന്നുണ്ടെന്ന് അവൾ ശഠിക്കുന്നു.

എന്റെ വീടും പരിസരവും വളരെ വേഗം വൃത്തിയാക്കിത്തരുന്ന ജോലി അവർ ചെയ്തു കൊള്ളുമെന്ന നിലപാടാണ് ഒറോതച്ചേടത്തിക്ക്. അവരുടെ പരിസര ശുചീകരണത്തിന് അവിടെ കൂട്ടിലെ അന്തേവാസികൾ വേണ്ടത്രയുണ്ടല്ലോ.

തിന്നുമ്പോഴെങ്കിലും ഇവറ്റയ്ക്കൊന്നു മിണ്ടാതിരുന്നൂടെ....? പാത്രം കഴുകുന്നിടത്ത് ഭാര്യയുടെ ശകാരം. വീണ്ടും വീണ്ടും പഴഞ്ചോറു വാരിയിട്ടു കൊടുത്ത് അവൾ അവരെ നിശ്ശബ്ദരാക്കും. എനിക്കിനി സ്വൈരമായിരുന്ന് പത്രം വായിക്കാം.

ഇനിയിപ്പോൾ ഒറോതച്ചേടത്തി കഞ്ഞികുടിക്കാനിരിക്കും. ഉമ്മറത്തെ തിണ്ണയിലിരുന്നേ അവർ കഞ്ഞികുടിക്കൂ. ചൂടുകഞ്ഞി പ്ലാവിലകൊണ്ട് മുക്കിമുക്കിയങ്ങനെ കുടിക്കും. ഇടയ്ക്ക് ഉണക്കമീൻ വറുത്തതൊന്ന് കടിച്ച് കുറച്ചുനേരം കണ്ണടച്ചിരിക്കും. പിന്നെയും കഞ്ഞി.

എന്റെ ചെറിയ മകന് ഒറോതച്ചേട്ടത്തിയുടെ ഈ അഭ്യാസം കാണുക വളരെ ഇഷ്ടമാണ്. ശ്രീമതിയുടെ കണ്ണുവെട്ടിച്ച് അവൻ അരമതിലിനരികെ ഹാജരാകും.

എന്തിന് ഈയുള്ളവനും പലപ്പോഴും അത് നോക്കിനിന്നുപോയിട്ടുണ്ടല്ലോ.

ഇടത്തെ കൈ തിണ്ണയിൽ കുത്തിയിരിക്കും. കുനിഞ്ഞ് കിണ്ണത്തിൽ നിന്ന് കഞ്ഞി കോരി നിവരുന്നതോടൊപ്പം കൈയും വായും ഒരു പ്രത്യേക താളത്തിൽ മുകളിലേക്കുയരുകയായി. പിന്നെ ആക്കത്തോടെ ഒരൊറ്റ

കമിഴ്ത്തലാണ് വായിലേക്ക്. അപ്പോൾ പുരികങ്ങൾ രണ്ടും മേലോട്ടുയരും. കഞ്ഞി തൊണ്ടയറിയാതെ അകത്തേക്ക്. ചുണ്ടുകൾ ഞങ്ങളൊന്നുമറിഞ്ഞില്ലേ എന്ന മട്ടിൽ ചേർന്നിരിക്കും. ഈ അഭ്യാസം കുറച്ചുനേരം പിടിക്കും.

കാലത്തെ വിസിലിന്റെ താഴെ നില്ക്കാവുന്ന ഒരേമ്പക്കത്തോടു കൂടിയാണ് കഞ്ഞികുടി അവസാനിക്കുക.

പിന്നെ വെട്ടുകത്തിയുമായി തൊടിയിലേക്കിറങ്ങും. ഒരിക്കലും കിളിർപ്പു വരാനനുവദിക്കാതെ നിർത്തിയിരിക്കുന്ന കൊന്നത്തണ്ടുകൾ പറിച്ച് അതിരിനപ്പുറത്തേക്ക് കുത്തുക, അതാണ് പ്രധാന ജോലി.

ഞാൻ അരമതിലു കെട്ടിയതിനുശേഷം ഈ ആക്രമണം മണ്ണാൻ കേശവന്റെ അതിരിലാണ്. കേശവന്റെ മകൻ പേർഷ്യക്കാരനായതു കൊണ്ട് ഇത്തിരി മണ്ണ് കൈയേറിപ്പോയാലും അവർക്കൊരു ചുക്കുമില്ല. ആകെയുള്ള എട്ട് സെന്റിൽനിന്നും എനിക്കൊന്നും കളയാനില്ല. അതുകൊണ്ടാണ് പി എഫിൽനിന്ന് കടമെടുത്ത് കഴിഞ്ഞൊണ്ട് ഞാൻ അരമതിൽ കെട്ടിച്ചത്. അന്നു മുതൽക്ക് ഒറോതച്ചേട്ടത്തിക്ക് എന്നോട് കലശലായ പ്രേമമാണ്. അവരുടെ അതിരിൽ, ഏത് കൊച്ചുകുഞ്ഞിനും സൗകര്യമായി ചാടാനുള്ള പരുവത്തിൽ ഞാൻ മതിലുകെട്ടി കൊടുത്തല്ലോ.

ആയിടയ്ക്കാണ് ആ സംഭവമുണ്ടാകുന്നത്. എന്റെ ഓട്ടം രണ്ടാം ഘട്ടത്തിലെത്തിയിട്ടേ ഉണ്ടായിരുന്നുള്ളൂ. സാധാരണഗതിയിൽ ആ സമയംകൊണ്ട് ഒറോതച്ചേടത്തി പള്ളിയിലെത്തേണ്ടതാണ്. അന്നുണ്ട് അവരെന്നെ കാത്തുനില്ക്കുന്നു.

മോനൊന്നു നിന്നേ.... രണ്ട് ചുവട് മുന്നിലെത്തിയ ഞാൻ നിന്ന് കിതച്ചു. പതിവിന് വിപരീതമായി അവരുടെ മുഖം മങ്ങിയിരിക്കുന്നതായി ഞാൻ കണ്ടുപിടിച്ചു.

എന്തേ? സുഖമില്ലേ...? കലശലായ നെഞ്ചുവേദന വന്നിട്ടും ഡോക്ടറെ കാണാൻ കൂട്ടാക്കാതിരിക്കുകയാണ് അവരെന്ന് വീട്ടുകാരി പറയുന്നത് കേട്ടിരുന്നു.

കുറച്ചിട എന്നെത്തന്നെ നോക്കിനിന്ന് അവരൊന്ന് നിശ്വസിച്ചു. ഒന്നും ഉരിയാടാതെ മടിക്കുത്തിൽനിന്നും ഒരു കൊച്ചു തുണിസഞ്ചി മെല്ലെ വലിച്ചെടുത്ത് എന്റെ നേരെ നീട്ടി.

മോനിതൊന്ന് സൂക്ഷിക്കണം. ഞാനമ്പരന്നു നില്ക്കെ, നനുത്ത സ്വരത്തിലവർ പറഞ്ഞു. “എനിക്കിതുവെക്കാനൊരിടമില്ല. ഒരു പ്രത്യേകാവശ്യത്തിനായി സൂക്ഷിക്കുന്നതാ ഞാനിത്. എന്റെ തൃപ്പുത്രൻ കണ്ടാൽ... ഇത്...”

മുഴുമിക്കും മുമ്പ് പള്ളിയിൽ കുർബ്ബാനയ്ക്ക് മണിയടിച്ചു. അവരൊന്ന് ഞെട്ടി. കുരിശുവരച്ചു.

എന്തൊക്കെയോ പൊറുതികേടുകളെ അവർ വിഴുങ്ങുന്നുണ്ടെന്ന് തോന്നി.

“എന്റെ പള്ളിച്ചെലവിനുവേണ്ടി മക്കളു തമ്മിൽ വെട്ടുകൂടുന്നത്

എന്റെ ആത്മാവിന് താങ്ങാൻ കഴിയില്ല മോനേ.”

“എന്തേ? പൊറിഞ്ചു വല്ല സാഹസവും....?”

“ഒന്നൂല്ല - എല്ലാ മക്കളും കണക്കാ....”

കണ്ണുനിറച്ചുകൊണ്ട് അവർ നടന്നകന്നു..

അല്പമൊരഹങ്കാരത്തോടെ ഞാനും വീട്ടിലേക്ക് നടന്നു. ഒരാൾക്കെങ്കിലും എന്നെ പരിപൂർണ്ണ വിശ്വാസമുണ്ടല്ലോ.

വീട്ടിലെത്തിയതും ഞാൻ കള്ളനെപ്പോലെ അകത്തുകയറി വാതിലടച്ചു. നൊച്ചനെലിയുടെ മണമുള്ള തുണിസഞ്ചിയിലെ ഉള്ളടക്കത്തിൽ അത്രയ്ക്ക് ജിജ്ഞാസുവായിരുന്നു ഞാൻ.

തുറന്ന ഉടനെ വിരലുകളെ വഞ്ചിച്ച് ഒരു ഒറ്റയുറുപ്പിക നാണ്യം തറയിൽ വീണുരുണ്ടു.

നോട്ടും ചില്ലറയുമായി നൂറ്റിനാല്പത്തിയേഴുറുപ്പികയും ഒരു കുഞ്ഞു പൊൻ കുരിശും. ഞണുങ്ങിയ ഒരു മേക്കാമോതിരവും.

ഇതാണോ അവരുടെ ഈടുവയ്പ്? ഒറോതച്ചേട്ടത്തിയുടെ കൈയിൽ പൂത്ത പണം ഇരിപ്പുണ്ടെന്നാണ് കുന്നായ്മക്കാരായ ജനങ്ങളുടെ അഭിപ്രായം. മുറ്റത്ത് ഒറോതച്ചേട്ടത്തിയുടെ കുഞ്ഞുങ്ങളും എന്റെ ഭാര്യയും തമ്മിൽ കടുത്ത മത്സരം നടക്കുകയാണ്. ഇക്കാര്യം പറയാൻ പറ്റിയ സന്ദർഭമല്ല. പുസ്തക ഷെൽഫിൽ വല്ലപ്പോഴും ഒരു കുപ്പി സ്ഥലം പിടിക്കാറുള്ള ഒളിസങ്കേതത്തിൽ ഞാനാ സഞ്ചി നിക്ഷേപിച്ചു. പിന്നെ അതങ്ങ് മറക്കുകയും ചെയ്തു.

ഇത്ര പെട്ടെന്ന് ഒരു സൂചനയും തരാതെ അവരങ്ങ് യാത്രയാകുമെന്ന് ഞാനും കരുതിയോ?

ഇനിയിപ്പോൾ ഇക്കാര്യം ഭാര്യയോട് പറയുന്നതെങ്ങനെ? പറഞ്ഞാൽ നൂറു ചോദ്യങ്ങൾ.... പരിഭവങ്ങൾ... തലനാരിഴ കീറി കാര്യങ്ങൾ ചോദിച്ചു വഴക്കുണ്ടാക്കുന്നതിൽ എന്റെ ശ്രീമതി പണ്ടേ മിടുക്കിയാണ്.

വരട്ടെ... ആ വീട്ടിലെ ഓരോ ചലനവും ഞാൻ സശ്രദ്ധം വീക്ഷിച്ചു. എന്റെ മുറിയിലിരുന്നാലൊരു വിധമൊക്കെ കാണാം. അവരെന്നെ കാണുകയില്ലെന്ന ഒരു സൗകര്യം കൂടിയുണ്ട്.

ഭാര്യ വന്ന് തിരക്കുകൂട്ടി. “നിങ്ങളെന്താ ഇങ്ങനെ മിഴിച്ചിരിക്കുന്നത്? അങ്ങോട്ടൊന്ന് പോണില്ലേ? മരിച്ചെന്നറിഞ്ഞപ്പോൾ ഒന്ന് പോയിവന്നതല്ലേ?”

ആ... പോണം എന്ന് പറഞ്ഞൊഴിഞ്ഞു. രൂക്ഷമായി എന്നെ ഒന്ന് നോക്കി അവൾ പെട്ടെന്ന് കടന്നുപോയി. എന്റെ അലസത അവൾക്ക് രുചിച്ചില്ല. സഞ്ചിക്കാര്യം ഇപ്പോൾ പറഞ്ഞാലോ എന്ന എന്റെ ആലോചന വഴിമുട്ടി നിന്നു.

ഒറോതച്ചേട്ടത്തിയുടെ രണ്ടാമത്തെ മകൻ പൊറിഞ്ചു എന്ന ഫ്രാൻസിസ് മദമിളകിയ മട്ടിൽ അങ്ങിങ്ങു നടക്കുന്നത് ഞാൻ കാണുന്നുണ്ട്. അവൻ അരമതിലിനരികെ വരുമ്പോഴൊക്കെ എന്റെ ഉള്ളു പിടഞ്ഞു.

അമ്മച്ചി എല്ലാം എന്നോട് പറഞ്ഞിട്ടുണ്ട്. ഇതും പറഞ്ഞ് അവൻ

എന്തിനാണിങ്ങോട്ട് നോക്കുന്നത്?

മൂത്തമകൾ കുഞ്ഞല അമ്മയുടെ മുണ്ടു പെട്ടിയുടെ മുകളിൽ ബോധ രഹിതയായി കിടക്കുകയാണ്. ഇടയ്ക്ക് പിച്ചും പേയും പറഞ്ഞ് കരയുന്നുണ്ട്.

പെട്ടെന്നാണ് ഒരു കൂട്ടക്കരച്ചിലുയർന്നത് പള്ളിയിൽ കൊടുക്കാനുള്ള കെട്ടുതാലി ഊരിയതാണ്.

നോക്കട്ടെടാ. ഇത് നമ്മടപ്പച്ചൻ അമ്മച്ചീടെ കഴുത്തിൽ കെട്ടീതല്ലേ... എന്ന് അലമുറയിട്ടുകൊണ്ട് രണ്ടാമത്തെ മകൾ റോസി മാലയിൽ പിടുത്തമിട്ടു. പൊറിഞ്ചുവിന്റെ ഉരുക്കുമുഷ്ടിയോട് തോറ്റ് അവളുടെ വിരലുകൾ പിന്മടങ്ങി.

കൈയിലുള്ള കാശും പണവും അമ്മ, കുഞ്ഞലയ്ക്കും പൊറിഞ്ചുവിനും കൊടുക്കുന്നുവെന്നായിരുന്നു റോസിയുടെ പരാതി. അതിലല്പം വാസ്തവവും ഇല്ലാതില്ല.

അതുവരെ ആരുടെയും ശ്രദ്ധയിൽപ്പെടാതിരുന്ന പിച്ചളച്ചെല്ലം, ശബ്ദമുണ്ടാക്കാതെ മെല്ലെ കട്ടിലിന്റെ ചുവട്ടിലേക്ക് അവൾ നിരക്കിവച്ചു. അവൾക്കറിയാം തനിക്ക് ചേച്ചിയേക്കാൾ ബുദ്ധിയുണ്ടെന്ന്.

മേക്കാമോതിരവും പൊന്നിൻ കുരിശും ഏതായാലും അമ്മ മുണ്ടു പെട്ടിയിൽ വയ്ക്കുകയില്ല. മുറുക്കാൻ ചെല്ലത്തിന് ഉറപ്പുള്ള ഒരു കള്ളറയുണ്ടല്ലോ. അതുകൊണ്ടാണ് ഈ ദുഃഖത്തിനിടയിലും അവൾ ഭർത്താവിനെ വിളിച്ച് അമ്മയുടെ കാര്യത്തിൽ പിശുക്ക് കാട്ടരുതെന്ന് ഉപദേശിച്ചത്.

ഇത് മണത്തറിഞ്ഞ മൂത്ത മരുമകൾ ലില്ലിക്കുട്ടി 'പോ അസത്തേ' എന്ന് പറഞ്ഞുകൊണ്ട് തന്റെ വെള്ള സാരിയിൽ പിടിച്ച് അഴുക്കാക്കിയ കുഞ്ഞുമോളുടെ തലയ്ക്കൊരു കിഴുക്കു കൊടുത്തു. എല്ലാ പഴുതും അടഞ്ഞുകണ്ട അവൾ അമ്മായിയമ്മ തേച്ചുകഴുകി സ്വർണ്ണമാക്കി വച്ചിരുന്ന ഓട്ടുകോളാമ്പിയെടുത്ത് നിവർത്തി കുട്ടിയുടെ മൂത്രത്തുണികൾ നിറച്ചു വെച്ചു.

മറന്നുപോയതെന്തോ എടുക്കാൻ വന്നതുപോലെ പൊറിഞ്ചു വടക്കുവശത്തെത്തി എന്തൊക്കെയോ പരതുന്നതു കണ്ടു.

ഭാര്യ വീണ്ടും വന്ന് രൗദ്രഭാവത്തിൽ ഒന്നു നോക്കി ഒന്നും മിണ്ടാതെ തിരിച്ച് പോയി.

അവിടെച്ചെന്ന് എന്താണ് പറയേണ്ടതെന്ന് എനിക്കൊരു രൂപവും കിട്ടുന്നില്ല.

ആരാണെന്നെ വിശ്വസിക്കുക!

ഒറോതച്ചേട്ടത്തിയുടെ മരണാനന്തരച്ചെലവുകൾ നടത്താൻ എനിക്കധികാരമുണ്ടോ?

മേക്കാ മോതിരം രണ്ടെണ്ണം കാണേണ്ടതല്ലേ എന്ന് എനിക്കുതന്നെ ഒരു സംശയം.

ഭാര്യയോട് അഭിപ്രായം ചോദിക്കാമെന്നു വെച്ചാൽ....

ഇതുവരെ ഈ രഹസ്യം ഒളിച്ചുവച്ചതിന് അവളെന്തു ശിക്ഷയാണ് വിധിക്കുക എന്നറിയുന്നില്ല.

പെട്ടെന്നെനിക്കൊരു ധൈര്യം വന്നു.

ഞാൻ ഭാര്യയെ വിളിച്ചു. വിളി കുറച്ചുറക്കെയായിപ്പോയി.

ഒറോതച്ചേട്ടത്തിയുടെ 'കുഞ്ഞുങ്ങൾ' ക്ക് ചോറിട്ടു കൊടുക്കുകയാണവൾ.

പാവങ്ങൾ വിശന്നിട്ടുണ്ടാവും എന്നു പറഞ്ഞുകൊണ്ട് അവൾ കയറി വന്നു.

ഇപ്പോഴെങ്കിലും അവളുടെ ശത്രുത തീർന്നല്ലോ എന്ന് ഞാൻ ആശ്വസിച്ചു.

ഞാനങ്ങോട്ട് ചെല്ലട്ടെ. ഗൗരവത്തിൽ പറഞ്ഞൊപ്പിച്ച് രണ്ടും കല്പിച്ചെന്നപോലെ ഞാനവരുടെ വീട്ടിലേക്ക് നടന്നു.

അമ്മ മക്കളോടെന്തെങ്കിലും പറഞ്ഞിരുന്നെങ്കിൽ ഇതിനകം അവർ എന്നെത്തിരക്കി എത്താതിരിക്കുമോ?

പൊറിഞ്ചുവെങ്കിലും..... ഈ ബുദ്ധി ഇത്രയും നേരം തെളിയിക്കാഞ്ഞതെന്തെന്ന് ഞാനെന്നെത്തന്നെ ശാസിച്ചു.

അവിടെച്ചെന്ന് വെറുതെ അകത്തേക്കൊന്ന് പാളി നോക്കി.

കുഞ്ഞല ബോധക്ഷയം മാറി എഴുന്നേറ്റിരിക്കുന്നു. മുണ്ടുപെട്ടിയുടെ താക്കോൽപ്പഴുതിൽ ചാരി ഇരിക്കുകയാണവൾ. വെടികൊണ്ട പന്നിയെപ്പോലെ പാഞ്ഞു നടക്കുകയാണ് പൊറിഞ്ചു.

ലില്ലിക്കുട്ടിയുടെ ബന്ധുക്കാരൻ കൂടിയായ മെത്രാനച്ചൻ വന്നെത്തിയതോടെ കാര്യങ്ങൾ ഉരുത്തിരിഞ്ഞു. പെൺമക്കളുടെ ബന്ധുക്കൾ വന്നതോടെ തിരക്കേറിത്തുടങ്ങി.

മരുമക്കൾ മത്സരിച്ച് ആഘോഷങ്ങൾക്ക് നിറം ചാർത്തി. പൊൻകുരിശും പട്ടുകുടയും വന്നു. മെത്രാനച്ചന്റെ കാർമ്മികത്വത്തിൽ കാര്യങ്ങൾ ഭംഗിയായി ഒരുങ്ങി.

തുണിസഞ്ചി മെത്രാനച്ചന്റെ കൈയിൽ കൊടുത്താലോ. ഒരു നിമിഷം ആലോചിച്ചു. ആരും കാണാതെ കുഞ്ഞലയെ ഏല്പിച്ചാൽ....

പക്ഷേ, എങ്ങനെ? ഏതായാലും റോസിക്കും പൊറിഞ്ചുവിനും കൊടുക്കില്ലെന്ന് ഞാൻ തീരുമാനിച്ചതാണ്.

ഒരു പഴുതുനോക്കി ഞാൻ വലഞ്ഞു. വിലാപയാത്ര നീങ്ങുകയാണ്. ഞാനും അതിലൊരുവനായി. ഒറോതച്ചേട്ടത്തി വിചാരിച്ചിരുന്നതിലും ഗംഭീരമായിരുന്നു അവരുടെ അന്ത്യയാത്ര.

ചില നേരങ്ങളിൽ ചിലർ

സ്കൂൾ വിട്ട ഉടനെ ധൃതിയിൽ കോണിയിറങ്ങുകയായിരുന്നു. മോൻ നഴ്സറിയുടെ ഉമ്മറത്ത് അക്ഷമനായി നില്ക്കുന്നുണ്ടാകുമെന്നോർത്തപ്പോൾ കാലിനു വേഗം കൂടി. ഒട്ടും വൈകിയിട്ടില്ലെങ്കിലും അവന്റെ മുഖം കണ്ടാൽ തോന്നുക 'അമ്മ എത്ര വൈകി എല്ലാവരുടെ അമ്മമാരും വന്നല്ലോ' എന്നു പറയുമ്പോലെയാണ്.

അപ്പോഴാണ് പ്യൂൺ രാമൻനായർ പിന്നിൽനിന്ന് വിളിച്ചത്. "ടീച്ചർ, നില്ക്കൂ ദാ ഹെഡ്മിസ്ട്രസ് വിളിക്കുന്നു."

ദേഷ്യമാണ് തോന്നിയത്. വിളിക്കാൻ കണ്ട ഒരു നേരം!

പടികൾ തിരിച്ചുകയറി. ചെന്നപ്പോൾ ഒരു കടലാസ് നീട്ടിക്കൊണ്ട് ഹെഡ്മിസ്ട്രസ് പറഞ്ഞു:

"നാളെ പി എസ് സിയുടെ ഒരു പരീക്ഷയുണ്ട്. മൊത്തം ഇരുപതു പേരെ സൂപ്പർവൈസർമാരായി വേണം. വിമല തടസ്സമൊന്നും പറയരുത്."

പിന്നെ ഒന്നും പറഞ്ഞിട്ട് കാര്യമില്ലെന്നറിയാം. ഒപ്പിട്ടുകൊടുത്തു.

നഴ്സറിയുടെ ഉമ്മറത്തെത്തിയപ്പോൾ പതിവുപോലെ മോൻ ഓടി വന്നില്ല. ആ കുഞ്ഞിക്കണ്ണുകളിൽ പരിഭവത്തിന്റെ കൊച്ചോളങ്ങൾ.

രാത്രി, പതിവുപോലെ നാലരയ്ക്കുതന്നെ അലാറം വെക്കുന്നതു കണ്ടപ്പോൾ അദ്ദേഹത്തിന്റെ കണ്ണുകളിൽ ചോദ്യഭാവം.

"നാളെ സൂപ്പർവിഷൻ വർക്കുണ്ട്."

ആരോടെന്നില്ലാതെ പറഞ്ഞു.

"ഉം" വിരസമായ മൂളൽ, അദ്ദേഹം തിരിഞ്ഞുകിടന്നു.

അവധി ദിവസങ്ങളിൽ ഇത്തരം ഡ്യൂട്ടിക്കു പോകുന്നത് അദ്ദേഹത്തിനിഷ്ടമില്ലെന്നറിയാം. തന്റെ ധർമ്മ സങ്കടം പക്ഷേ, ആരോട് പറയാനാണ്.

അമ്മയുടെ സാമീപ്യത്തിനുവേണ്ടി അഞ്ചു ദിവസവും നോമ്പു നോറ്റിരിക്കുന്ന കുഞ്ഞുങ്ങൾ, ഭാര്യക്ക് അവധിയായതുകൊണ്ട് രുചികരമായ ഉച്ചഭക്ഷണം കൊതിക്കുന്ന ഭർത്താവ്. ഒഴിവുദിവസം എങ്ങനെ മുതലാക്കണമെന്നു സദാ തലപുകഞ്ഞാലോചിക്കുന്ന ജോലിക്കാരി. എല്ലാവരേയും ഈ സൂപ്പർവിഷൻ നിരാശപ്പെടുത്തിക്കളഞ്ഞിരിക്കണം.

പലപ്പോഴും ഇതേച്ചൊല്ലി വഴക്കുണ്ടായിട്ടുണ്ട്. എല്ലാ കാര്യത്തിലും വിട്ടുവീഴ്ചയ്ക്ക് തയ്യാറുള്ള അദ്ദേഹം ഇങ്ങനെ ചില കാര്യങ്ങളിൽ എന്തിനാണിത്ര അസഹിഷ്ണുത കാണിക്കുന്നതെന്ന് മനസ്സിലായിട്ടില്ല.

മോൻ ഉറക്കത്തിൽ എന്തോ പുലമ്പി തിരിഞ്ഞു കിടന്നു. കീശയിൽ നിന്നാണെന്നു തോന്നുന്നു, ഒരു ഗോലിക്കായ ഉരുണ്ടുവീണു. നോക്കിയപ്പോൾ ഇനിയും പല സാധനങ്ങളുമുണ്ട് കീശയിൽ. അവനെ ശരിക്കുകിടത്തി, കുഞ്ഞുമോളെയും കെട്ടിപ്പിടിച്ച് കിടന്നുറങ്ങി.

ചെവി തുളയ്ക്കുന്ന അലാറത്തെയും കവിഞ്ഞുനിന്നോ തന്റെ ഉറക്കം? കൺമിഴിച്ചപ്പോൾ കണ്ടത് എന്തോ പിറുപിറുത്തുകൊണ്ട് അലാറം നിർത്തുന്ന അദ്ദേഹത്തെയാണ്.

പിടഞ്ഞെഴുന്നേറ്റു. കണ്ണുകളിൽ പുളിപ്പ്. തണുത്തവെള്ളം മുഖത്തു വീണിട്ടും വിട്ടുപോവാൻ വിസമ്മതിക്കുന്ന നിദ്രയെ ആട്ടിയകറ്റി അടുക്കളയിൽ കയറി. അകത്തെ ജോലികളെല്ലാം ഒതുക്കി. ഏഴുമണിയായിട്ടും ജോലിക്കാരിയെ കാണുന്നില്ല. ഒഴിവു ദിവസമല്ലേ എന്ന് അവരും കരുതിയിരിക്കും. പുറംപണികളൊക്കെ അവർ വന്നിട്ട് ചെയ്യട്ടെ എന്നു കരുതി.

മക്കളെ വിളിച്ചുണർത്തി കാപ്പി കുടിപ്പിച്ചു കഴിഞ്ഞപ്പോഴേക്കും നേരം വൈകി. തിരക്കിട്ട് കുളിക്കാൻ പോകുമ്പോൾ അദ്ദേഹം കേൾക്കെ പറഞ്ഞു: “സാരിയും ബ്ലൗസും ഒന്നും തേച്ചതില്ല.”

ഒരു പ്രതികരണവുമുണ്ടായില്ല. കൊണ്ടുപിടിച്ച പത്രം വായനയാണ്. സാധാരണ തന്റെ വസ്ത്രങ്ങൾ തേച്ചുതരാറുള്ളതാണ്.

“നിനക്ക് കഴുകാമെങ്കിൽ എനിക്ക് തേച്ചു തന്നുകൂടെ.” എന്നാണ് പറയാറ്. കുളികഴിഞ്ഞ് വന്നപ്പോഴും അതേ ഇരിപ്പുതന്നെ. സങ്കടവും ദേഷ്യവും തോന്നി.

എന്തോ പറഞ്ഞ് ചിണുങ്ങുന്ന കുഞ്ഞുമോളോട് വെറുതെ ദേഷ്യപ്പെട്ടു. അവൾക്ക് മനസ്സിലായിരിക്കുന്നു. അമ്മ പോകാനുള്ള പുറപ്പാടാണെന്ന്.

അവിടെ നിന്നാൽ പന്തിയല്ലെന്ന് തോന്നിയിട്ടാവണം, മോൻ പുറത്തുപോയി അവന്റെ കുട്ടി സൈക്കിൾ ഉരുട്ടാൻ തുടങ്ങി.

പത്രം വായന തീരുന്ന ലക്ഷണമില്ല. എന്താണാവോ ഇത്രയധികം അതിൽ വായിക്കാനിരിക്കുന്നത്? സകല പത്രക്കാരോടും അരിശം തോന്നി.

വേഗത്തിൽ വസ്ത്രം മാറി. ഇന്നെങ്കിലും പിടഞ്ഞോടാതെ സ്റ്റാന്റിലെത്തണമെന്നു കരുതി. അഞ്ചു മിനിറ്റ് നേരത്തെ ഇറങ്ങാമെന്നു വെച്ചു.

കരയണമോ വേണ്ടയോ എന്ന മട്ടിലാണ് മോളുടെ നില്പ്. അപ്പോൾ

ഒന്നും പറയാതിരിക്കുകയാണ് നല്ലത്. സൈക്കിളുരുട്ടുന്ന മോനെ വിളിച്ച് പറഞ്ഞു:

"കുഞ്ഞുമോളെ കരയിക്കരുത്ട്ടോ, മോന്റെ അനിയത്തിയല്ലേ?"

അവന്റെ കണ്ണുകളിൽ ഒരു മുതിർന്ന ജ്യേഷ്ഠന്റെ ഭാവം വന്നുദിച്ചു!

സ്റ്റാന്റിലെത്തിയപ്പോൾ ബസു വന്നിട്ടില്ല.

"ഇന്ന് സ്കൂളില്ലല്ലോ. പിന്നെ എങ്ങോട്ടാ?"

പച്ചക്കറിക്കാരി അമ്മൂമ്മയാണ്.

"ഒരിടം വരെ പോകാനുണ്ട്."

അവർക്കിനി എന്തെല്ലാം അറിയണം?

"ഒരിടമെന്നു വെച്ചാൽ.... ഏതിടമാ?"

പിന്നിൽ നിന്നൊരു കമന്റ്. ഏതോ പൂവാലനാവണം.

നോക്കിയില്ല.

ബസ് വന്നു. വലിയ തിരക്കില്ല. ഇന്നെങ്കിലും ഒന്നിരിക്കാൻ ഇടം കിട്ടിയല്ലോ. കണ്ടക്ടർ പരിചയക്കാരനായതുകൊണ്ട് ഒന്നും മിണ്ടാതെ പൈസ കൊടുത്തു.

"ഒരിടത്തേക്ക് എത്രയാ ചാർജ്?"

അതേ പൂവാലൻ തന്നെയായിരിക്കണം ചോദിച്ചത്.

വിഢ്ഢി! കോളേജു കുമാരികളോടെന്നപോലെ....

അടുത്തിരുന്ന അമ്മൂമ്മ മാർക്കറ്റ് റോഡിൽ ഇറങ്ങി.

"സീറ്റൊഴിഞ്ഞു. അളിയൻ ഇരിക്കുന്നില്ലേ?" പുറകിൽനിന്ന് വീണ്ടും!

ഗൗരവത്തോടെ ഒന്ന് തിരിഞ്ഞു നോക്കണമെന്നു കരുതി. പിന്നെ വേണ്ടെന്നുവെച്ചു. തന്നോടല്ലെന്ന മട്ടിൽ ഇരുന്നാൽ മതിയല്ലോ.

"ചോദിച്ചിട്ട് അളിയൻ ഇരുന്നോ."

മറ്റൊരു ശബ്ദം.

"അവിടെ സീറ്റുണ്ടല്ലോ, ഞാനൊന്നിരുന്നോട്ടെ പെങ്ങളേ?" കൃത്രിമമായ വിനയം കലർന്ന ശബ്ദം, ചെവിയുടെ തൊട്ടുപിറകിൽ.

തിരിഞ്ഞു നോക്കിയപ്പോൾ കണ്ടത് മുടിവളർത്തിയ, കണ്ണാടിവെച്ച ഒരു ചെറുപ്പക്കാരനെയാണ്.

പിന്നെ നിയന്ത്രിക്കാനായില്ല.

"നിർബ്ബന്ധമാണെങ്കിൽ ഇരുന്നോളൂ. സമാധാനമായി ഇരിക്കാൻ കഴിയണം. പക്ഷേ, അവിടെ സ്വസ്ഥമായി നില്ക്കാൻപോലും കഴിയാത്ത നിങ്ങൾ എങ്ങനെ എന്റെ അടുത്തിരിക്കും?"

സാധാരണ എന്തുകേട്ടാലും മൗനം ദീക്ഷിക്കയേ പതിവുള്ളൂ. ഇന്ന് അങ്ങനെ പറയാനാണ് തോന്നിയത്. രണ്ടു കുട്ടികളുടെ അമ്മയായ തന്നോടുപോലും ഇങ്ങനെ....

അരിശം കടിച്ചമർത്തി. ഇത്രയും പറയണമെന്ന് ഉദ്ദേശിച്ചതല്ല.

"അസ്സലായീ ട്ട്വോ, കുട്ടീ ഞാനിത് കൊറേ നേരമായി ശ്രദ്ധിക്കണൂ."

ഒരു വൃദ്ധന്റെ സ്വരം.

പിന്നെ ആരും ഒന്നും പറഞ്ഞുകേട്ടില്ല.

ബസിറങ്ങി സ്കൂളിലേക്ക് നടക്കവെ മനസ്സിനെന്തോ ഭാരമനുഭവപ്പെട്ടു. ഇനി പരീക്ഷാഹാളിലും എന്തെങ്കിലും കുഴപ്പമുണ്ടാകാതിരുന്നാൽ മതിയായിരുന്നു. അവിടെയും കാണും പൂവാലന്മാർ....

ചിലർക്ക് താൻ ഏത് പരീക്ഷയ്ക്കാണ് വന്നിരിക്കുന്നതെന്നുപോലും അറിയില്ല! വേറെ ചിലർക്ക് എപ്പോഴും സംശയങ്ങളായിരിക്കും. മറ്റു ചിലർക്ക് ഗൈഡു നോക്കി എഴുതണം. കഴിഞ്ഞവർഷമാണ് ഒരാൾ ഉത്തരക്കടലാസ് കീറി ജനലിൽക്കൂടി പുറത്തേക്കെറിഞ്ഞത്

ബെല്ലടിച്ചു.

റൂം നമ്പർ കണ്ടുപിടിച്ചു. പതിനാലു പേരാണ് തന്റെ ഹാളിലുള്ളത്. ആൻസർ ബുക്കുമായി ഹാളിൽ കടന്നു. ഉടനെ ദൃഷ്ടിയിൽപ്പെട്ടത് പിൻബഞ്ചിലായിരുന്നു പരുങ്ങുന്ന കണ്ണടക്കാരന്റെ വിളറിയ മുഖമാണ്.

പൊട്ടിവന്ന ചിരി ഒതുക്കാൻ ശ്രമിക്കവെ, പണിപ്പെട്ടു വരുത്തിയ ഗൗരവം ചോർന്നു പോവുകയായിരുന്നു.

തിരുത്താൻ കഴിയാതെ

കറുകത്തലപ്പുകളെയും ചുള്ളിമുള്ളുകളെയും ചവിട്ടിമെതിച്ചുകൊണ്ട് അവൾ നടന്നു. കാൽക്കീഴിൽ മൺകട്ടകൾ തകർന്നു. ചളികുത്തിയ വരമ്പിൽ നഖമൂന്നിയപ്പോൾ മുമ്പത്തെപ്പോലെ അറപ്പുതോന്നിയില്ല. ചുള്ളിമുള്ളുകൾ തട്ടി ചോര പൊടിയുന്ന കാൽമടമ്പുകളിലെ വേദന അവളറിഞ്ഞതേയില്ല! മനസ്സിൽ ആരൊക്കെയോ ചുള്ളിമുള്ളുകൾകൊണ്ട് ഊർന്നു വലിക്കുകയായിരുന്നല്ലോ.

തങ്കച്ചെറിയമ്മ ഇങ്ങനെ മുഖത്തടിച്ചതുപോലെ പറഞ്ഞില്ലേ....? ഇറങ്ങിപ്പോരുമ്പോൾ രേണുകയെങ്കിലും മടക്കി വിളിച്ചിരുന്നെങ്കിൽ! അവൾക്കും തന്നെ മനസ്സിലാക്കാൻ കഴിഞ്ഞില്ലെന്നോ? ചെറിയമ്മയുടെ മകൾ എന്നതിലുപരി തന്റെ കൂട്ടുകാരി കൂടിയായിരുന്ന രേണുക...!

എന്തെല്ലാം രഹസ്യങ്ങൾ അവൾ തന്നോട് പറഞ്ഞിരിക്കുന്നു.... എന്തെല്ലാം! അന്നേ തോന്നിയിരുന്നു ഈ പെൺകുട്ടി കുണുങ്ങിയൊഴുകുന്ന ഒരു നീർച്ചാലല്ല, പതഞ്ഞൊഴുകാൻ വെമ്പുന്ന ഒരു വെള്ളച്ചാട്ടമാണ് എന്ന്. എത്രയുംവേഗം അണകെട്ടുന്നുവോ അത്രയും നല്ലത്.

അവൾക്ക് വെറുപ്പും വിദ്വേഷവും തോന്നിയിരിക്കണം. കൈവന്ന സൗഭാഗ്യം തട്ടിത്തെറിപ്പിച്ചെന്നാവും കരുതിയിരിക്കുക.

തുടുത്തുനിന്ന പടിഞ്ഞാറെ ചെരുവ് കറുത്തു കറുത്തു വന്നു; തങ്കച്ചെറിയമ്മയുടെ മുഖംപോലെ.

അപ്രതീക്ഷിതമായി ഈ ഇരുട്ടത്ത് കയറിച്ചെല്ലുമ്പോൾ അമ്മ പരിഭ്രമിച്ചേക്കും. ഇന്നു വരില്ലെന്നും പറഞ്ഞിട്ടാണല്ലോ അവിടെനിന്നും പോന്നിട്ടുള്ളത്.

രാവിലെ തിരക്കിട്ട് ഒതുക്കുകളിറങ്ങുമ്പോഴാണ് അമ്മ വിളിച്ചത്.

"സുമതീ - മോളിന്ന് കോളേജീന്നു വരുമ്പോ തങ്കച്ചെറ്യേമ്മേടെ വീട്ടി

ലൊന്നു കയറിക്കോളൂ. ആ പെങ്കുട്ടീടെ കാര്യം എന്തായീന്നൊന്നറിയൂം ചെയ്യാലോ...."

കേട്ടപ്പോൾ ദേഷ്യമോ സങ്കടമോ എന്താണ് തോന്നിയത്?

'ആ പെങ്കുട്ടീടെ' കാര്യമറിയാഞ്ഞിട്ടാണ് അമ്മയ്ക്ക്-

തങ്കച്ചെറിയമ്മയുടെ വീടിനടുത്തുകൂടി വരേണമെങ്കിൽ വഴി ഏറെ താണ്ടണം.

"എനിക്കു വയ്യ ലോകം മുഴോൻ ചുറ്റി വരാൻ"

ശബ്ദത്തിൽ വെറുപ്പു കലർന്നിരുന്നുവോ?

"എന്താ നീയി പറേണത്? അവിടെ പോകാൻ പറഞ്ഞാൽ നിനക്കെപ്പോഴും ഒരു ഭാവാണല്ലോ. അവര് നമ്മടെ ആരാ...?"

"അവര് നമ്മടെ ആരാന്ന് അമ്മയ്ക്കല്ലേ അറിയൂ. എനിക്ക് ഭാവാത്രേ. അമ്മയെത്തന്നെ അവരെത്ര വെലവെക്കുന്നുണ്ടെന്ന് എനിക്കറിഞ്ഞൂടെ...?"

അമ്മയുടെ ശബ്ദം നേർത്തുവന്നു; ഒരു രോദനം പോലെ.

"എന്റെ ഒടപ്പെറന്നതല്ലേ... നിക്ക് അവള് അന്യാവോ?"

"ഓ.... ഒരു ഒടപ്പെറന്നത്..."

പ്രാക്ടിക്കലും കഴിഞ്ഞ് ഇങ്ങടെത്തുമ്പഴേ രാത്ര്യാവും. പിന്നെ 'കോട്ടവള'ഞ്ഞെത്തുമ്പോഴേക്കും....

"....നിക്ക് കഴീല്യേ..."

"ഇന്നുതന്നെ പോരണംന്നുണ്ടോ? അവരുടെകൂടെ ഒരു രാത്രി കഴിച്ചുകൂട്ട്യാ എന്താ നിനക്ക്?"

അവൾ അരിശം കടിച്ചമർത്തി നടന്നു. വഴിവളഞ്ഞ് പോകുന്നതിലല്ല സങ്കടം. ചെറിയമ്മയുടെ അവഗണന സഹിക്കവയ്യാതായിരിക്കുന്നു. കണ്ടാലും കാണാത്ത ഭാവം. അതാണവൾക്ക് അസഹ്യമായി തോന്നുന്നത്. താൻ തനിയെ അങ്ങോട്ടു ചെല്ലുന്നതുതന്നെ അവർക്കപമാനമാണെന്ന് തോന്നിയിട്ടുണ്ട്.

ഏതോ പണിക്കാരിയോട് പറയുന്നത് ചെവിയിലെത്തിയതാണ്.

"പ്രായം തെകഞ്ഞ പെൺകുട്ടികളെ ഇങ്ങനെ ഒറ്റയ്ക്ക് അലയാൻ വിട്ടാലോ. ഏടത്തിക്കങ്ങനെയൊരു ചിന്തയേ ഇല്ല."

അലയാൻ.... എന്താ കന്നുകാലിയോ മറ്റോ ആണോ? അവളുടെ മനസ്സു മന്ത്രിച്ചു.

രേണു പറയാറുണ്ട്.

"സുമേ നിനക്കെത്ര സ്വാതന്ത്ര്യമുണ്ട്. ഇവിടെ എനിക്ക് ആരോടും ഒരക്ഷരം ഉരിയാടാൻ നിവൃത്തിയില്ല. പുറത്തൊന്നിറങ്ങണമെങ്കിൽ ആ ചെറുക്കന്റെ "എസ്കോർട്ടു" വേണം. എനിക്കു മടുത്തു."

ഇതൊന്നും പറഞ്ഞാൽ അമ്മയ്ക്ക് മനസ്സിലാവില്ല. ചെറിയമ്മയ്ക്കു രേണുവിന്റെ നേരെയുള്ള കരുതൽ എന്തേ അമ്മയ്ക്ക് തന്റെ നേരെ ഇല്ലാതെ പോയത്?

അമ്മയുടെ നിഘണ്ടുവിൽ കാപട്യം എന്നൊന്നില്ലല്ലോ. അമ്മയോട

വൾക്കു അനുകമ്പ തോന്നി. അവളുടെ മനസ്സു കേണു. അമ്മേ – അമ്മയുടെ മകൾക്ക് ആരുടെയും എസ്കോർട്ട് വേണ്ടമ്മേ. ഈ മകൾ അമ്മയ്ക്കൊരപമാനവും വരുത്തില്ല!

തിരിഞ്ഞുനോക്കിയപ്പോൾ മുണ്ടിന്റെ കോന്തലകൊണ്ട് കണ്ണുതുടയ്ക്കുന്നു അമ്മ!

അവളുടെ മനസ്സ് ആർദ്രമാവുകയായിരുന്നു. തിരികെ ചെന്ന് അമ്മയുടെ ചുമലിൽ കൈവെച്ചു അവൾ പറഞ്ഞു.

“ഞാൻ ചെറിയമ്മേടടുത്ത് പോയിവരാം. വൈകുകയാണെങ്കിൽ നാളയേ വരുള്ളൂ. അമ്മ കാത്തിരിക്കേണ്ട... ട്ടോ.”

അമ്മയുടെ വരണ്ട കണ്ണുകളിൽ എന്തുകൊണ്ടോ അവൾ പ്രതീക്ഷിച്ച സന്തോഷത്തിന്റെ തിളക്കം കണ്ടില്ല!

തങ്കച്ചെറിയമ്മയെ അമ്മയ്ക്ക് എന്നും വലിയ കാര്യമായിരുന്നു. ഏറ്റവും ചെറിയ അനിയത്തിയല്ലേ?

അച്ഛനുണ്ടായിരുന്നപ്പോൾ മാസത്തിലൊരിക്കലെങ്കിലും അമ്മ തങ്കച്ചെറിയമ്മയുടെ വീട്ടിലെത്താതിരിക്കില്ല. കൂട്ടുപോകാൻ താൻ തയ്യാർ!

ചെറിയച്ഛന് തന്നെ അന്നേ വലിയ കാര്യമാണ്. അദ്ദേഹം പറയും – “എടീ പെണ്ണേ – നീ സുമതിക്കുട്ടിയെ കണ്ടു പഠിക്ക്. നിന്റെ ഒപ്പമല്ലേ അവള്? എന്നിട്ടെന്താ നിന്നെക്കാൾ രണ്ടു ക്ലാസ് മീതെയല്ലേ പഠിക്കുന്നത്?” രേണു മുഖം വീർപ്പിച്ച് മിണ്ടാതിരിക്കും.

“അവള് ഇത്ര്യൊക്കെ പഠിച്ചാൽ മതി. പെങ്കുട്ട്യോള് പഠിക്കേണ്ടത് വീടു ഭരിക്കാനാ...”

ചെറിയമ്മ അവളുടെ സഹായത്തിനെത്തും.

“നിന്റെയല്ലേ സന്തതി! നീ ഭരിച്ചോ....” ചെറിയച്ഛൻ തുടരും. “കേട്ടോ മോളേ... നീയിതൊന്നും വകവെക്കേണ്ട. പഠിച്ചു ജയിച്ച് ഒരു ഉദ്യോഗസ്ഥയാകണം. സ്വന്തം കാലിൽ നില്ക്കുന്നതാണ് മാന്യത!”

ആ വാക്കുകൾ അവൾക്കൊരാവേശമായിരുന്നു. ചെറിയച്ഛനോട് എന്നും ബഹുമാനം മാത്രമേ തോന്നിയിട്ടുള്ളൂ.

അതുകൊണ്ടൊന്നും തോറ്റു പിന്മാറുന്ന ആളല്ല ചെറിയമ്മ.

“ഇവിടെ രേണു ഉദ്യോഗം ഭരിച്ചു കൊണ്ടുവന്നിട്ടു വേണോ കഴിയാൻ? നിങ്ങളീ സമ്പാദിക്കുന്നതൊക്കെ പിന്നെ ആർക്കാ...?”

അത് ഒളിയമ്പാണെന്ന് സ്പഷ്ടം. തന്റെ അച്ഛൻ ഒന്നും സമ്പാദിച്ചു തരുന്നില്ലല്ലോ. തരം കിട്ടുമ്പോഴൊക്കെ അച്ഛനെ ഒന്നിടിച്ച് സംസാരിക്കുന്നത് അന്നേ അവൾ മനസ്സിലാക്കിയിട്ടുണ്ട്. അപ്പോഴെല്ലാം ചെറിയച്ഛന്റെ വാക്കുകൾ ഉരുക്കഴിക്കും. – പഠിച്ചു ഉദ്യോഗം നേടണം!

അമ്മയ്ക്ക് ചെറിയമ്മയോടുള്ള അമിതമായ വിധേയത്വം അച്ഛൻ ഇഷ്ടപ്പെട്ടിരുന്നില്ല. എന്നിട്ടും അമ്മയും താനും കൂടെക്കൂടെ അവരുടെ അടുത്ത് പോകുന്നതിനു അച്ഛൻ ഒരിക്കലും പ്രതിബന്ധമായി നിന്നിരുന്നില്ല.... ഓർമ്മകൾ കണ്ണുനിറയ്ക്കുന്നുവോ!

അന്ത്യകാലങ്ങളിൽ, എല്ലാ ചുമതലകളും അദ്ദേഹം തന്നെ ഏല്പിക്കുകയായിരുന്നു.

"അമ്മയ്ക്കു നല്കുവാൻ എന്റെ പക്കൽ ഒന്നു മാത്രമേ ഉണ്ടായിരുന്നുള്ളൂ - ദുഃഖം! മോളെങ്കിലും അമ്മയെ ഇനി ദുഃഖിപ്പിക്കാതെ നോക്കണം."

കഴിഞ്ഞ ആഴ്ചയിലും അമ്മയുടെ നിർദ്ദേശമനുസരിച്ച് ചെറിയമ്മയുടെ വീട്ടിലേക്ക് പോവാനിടയായത് അതുകൊണ്ടാണ്.

പൂമുഖത്തു ചെന്നു കയറിയപ്പോഴേ അവിടെ എത്തിയിരിക്കുന്ന അതിഥികളെ അവൾ കണ്ടുള്ളൂ. അപരിചിതരുടെ ദൃഷ്ടികൾ തന്നെ പൊതിയുകയാണെന്ന് മനസ്സിലാക്കിയപ്പോൾ സങ്കോചം തോന്നി. ആരൊക്കെയാണാവോ ഈ വന്നിരിക്കുന്നത്.

തന്റെ വരവ് അനവസരത്തിലായോ എന്നവൾ ശങ്കിച്ചു. തനിച്ചു ചെല്ലുന്നതുകണ്ട് ചെറിയമ്മയ്ക്കിനി നാണക്കേടുണ്ടാകുമോ എന്തോ!

"ആ.... സുമതിക്കുട്ടിയും വന്നല്ലോ. നന്നായി...." ചെറിയച്ഛന്റെ ശബ്ദവും തുറന്ന ചിരിയും കേട്ടു.

"തങ്കത്തിന്റെ ഏട്ടത്തീടെ മകളാണ്. കോളേജിൽനിന്ന് വരുന്ന വഴിയാവും. മിടുക്കത്ത്യാണ് പഠിക്കാൻ!"

ചെറിയച്ഛന്റെ പരിചയപ്പെടുത്തൽ.

ഈ പ്രശംസാവചനങ്ങൾ ചെറിയമ്മയുടെ ചെവിയിലെത്തരുതേ എന്നവൾ ഒരുനിമിഷം പ്രാർത്ഥിച്ചു.

അകത്തളത്തിലേക്കു കടന്നപ്പോഴവിടെ ആകെ ഒരു ബഹളം. അടുക്കളയിൽ പ്ലെയിറ്റുകളുടെ കലപിലനാദം. ചെറിയമ്മ അടുക്കളയിലും ഇടനാഴിയിലും തളത്തിലുമെല്ലാം വിഭ്രാന്തിയോടെ പാഞ്ഞുനടക്കുന്നു. വേണുക്കുട്ടൻ ഒരു ഷർട്ടുമായി പിന്നാലെ.

"അമ്മേ ഞാനീ ഷർട്ടിട്ടാൽ മതിയോ?"

"പോയാട്ടെ, അവിടുന്ന് - ഇതിന്റെടേൽ കെടന്ന്..."

ചെറിയമ്മയുടെ പരുഷമായ ശാസന.

അവൻ കരയാനുള്ള വട്ടമാണ്.

"മോങ്ങാതെ പോകാനാ പറഞ്ഞത്."

ചെറിയമ്മ ഒരു ചുഴലിക്കാറ്റുപോലെ തെക്കിനിയിലേക്ക്.

"മോനിങ്ങുവരൂ. ചേച്ചി ഷർട്ടിടുവിച്ചുതരാം."

അവൻ അടുത്ത് വന്ന് പറ്റിച്ചേർന്നു നിന്നു.

അവൾ തിരക്കി.

"ആരാ വിരുന്നുകാര്?"

"രേണുച്ചേച്ചിയെ പെണ്ണുകാണാൻ വന്നിരിക്യല്ലേ. സുമച്ചേച്ചി ഇതുവരെ അറിഞ്ഞില്ല്യേ?"

അവന്റെ കുഞ്ഞിക്കണ്ണുകളിൽ അത്ഭുതം. അവൻ തുടർന്നു:

"മീശ - ദാ ഇങ്ങനെ തൂങ്ങിക്കിടക്കുന്ന ആളില്ലേ - അതാണ്."

അവന്റെ ആംഗ്യം കണ്ടു അവൾക്ക് ചിരിവന്നു.

"അത് ശരി. അതിനു നീയെന്തിനാ പുതിയ ഷർട്ടിടുന്നത്?"

അവൻ നാണിച്ചുനിന്നു.

"അമ്മ പറഞ്ഞു വൃത്തിയായിട്ട് നിക്കണംന്ന്."

ഷർട്ടിടുവിച്ചു കഴിഞ്ഞപ്പോൾ അവൾ ആംഗ്യംകൊണ്ടു ചോദിച്ചു.

"രേണുച്ചേച്ചി എവിടെ?"

"ദാ.... തെക്കിനിയിൽ. സാരിയുടുക്കലും അഴിക്കലും തന്നെ."

അവന്റെ പിന്നാലെ തെക്കിനിയിലേക്കു നടക്കുമ്പോൾ തൊട്ടുപുറകിൽ ചെറിയമ്മയുടെ ശബ്ദം.

"സുമതി എപ്പഴേ വന്നത്?'

"ആ... നീ വേഗമൊന്നടുക്കളയിലേക്കു ചെല്ല്. ചായ കൂട്ടണതൊന്ന് നന്നായിക്കോട്ടെ. ആ നശൂലങ്ങളേ എന്താ കാട്ടിക്കൂട്ടാന്നറീല്യ."

അവൾ തരിച്ചു നിന്നുപോയി. ചെറിയമ്മ തന്നെ ഇപ്പോഴേ കണ്ടുള്ളുവെന്നോ? അഞ്ചാറു തവണ തന്റെ മുന്നിലൂടെ ഓടിനടന്നിട്ടും?

അവളൊന്നും പറയാതെ അടുക്കളയിൽ ചെന്ന് ചായകൂട്ടി അടച്ചുവെച്ചു. പണിക്കാരിപ്പെണ്ണുങ്ങൾ ചെറിയമ്മ ഒഴിഞ്ഞുകിട്ടിയ തക്കംനോക്കി പരസ്പരം പിറുപിറുക്കുകയാണ്. ഇനി അവിടെ എന്തു കാര്യം? അവൾ തെക്കിനിയിലേക്കു ചെന്നു.

ഒരുങ്ങി നില്ക്കുന്ന രേണുവിന്റെ കണ്ണുകളിലും മുഖത്തും ലജ്ജയുടെ നിഴലാട്ടം.

ദാ... പൂജാപുഷ്പവുമായി ഇവിടെ ഒരാൾ...! എന്ന മട്ടിലാണ്.

അവളുടെ വേഷംകണ്ടു ചിരിപൊട്ടിപ്പോയി. പൗഡർ വിയർപ്പുകൊണ്ടു നനഞ്ഞ് അവിടവിടെ പറ്റിപ്പിടിച്ചിരിക്കുന്നു.

ചെറിയ കണ്ണാടിയെടുത്ത് അവൾക്കു നേരെ പിടിച്ചു.

"മോളേ നീയീ കണ്ണാടിയിലൊന്ന് നോക്ക്. നിന്റെ ഈ പാണ്ടുപിടിച്ച മുഖം കണ്ടാൽ മീശക്കാരൻ വിരണ്ടതു തന്നെ."

"മതി സുമേ - അധികം പരിഹസിക്കേണ്ട - ട്ടോ."

രേണുവിന്റെ ശബ്ദത്തിൽ പരിഭവം. ആഹ്ലാദത്തിന്റെ അനുരണനം.

"കണ്ണിലാകെ മഷി പടർന്നിരിക്കുന്നല്ലോ. വരൂ. ഞാൻ നേരെയാക്കിത്തരാം."

നനഞ്ഞു കുതിർന്ന പൗഡർ തൂത്തു. മഷി പടർന്ന കൺതടങ്ങൾ വൃത്തിയായി തുടച്ചു. നെറ്റിയിൽ ഒരു വലിയ സിന്ദൂരപ്പൊട്ടും തൊടുവിച്ചു.

"ഇപ്പോ ആള് സുന്ദരിക്കുട്ടിയായി. മീശക്കാരൻ പെട്ടതുതന്നെ."

"സുമേ... ഞാൻ..."

"പിന്നെ മീശയിൽ കയറു കെട്ടി തിരുവാതിരയ്ക്കു നിനക്ക് ഊഞ്ഞാലാടാം."

അപ്രതീക്ഷിതമായി ഒരു നുള്ളുകിട്ടിയപ്പോൾ 'ഹാവൂ' എന്ന ആർത്തനാദം പുറപ്പെടുവിച്ചുപോയി.

രേണുവിന്റെ സാരി കൂടി ശരിയാക്കിക്കൊടുത്തതിനുശേഷം സുമതി കണ്ണാടിയിലൊന്നു നോക്കി.

മുടി ആകെ പാറിക്കിടക്കുന്നു. രാവിലെ വല്ല പാടും ഒന്നൊതുക്കി ഇറങ്ങി ഓടുന്നതാണ്.

അവൾ ചീപ്പെടുത്ത് മുടിയൊന്നു ചീകി. അതു കണ്ടു കൊണ്ടുവന്ന ചെറിയമ്മയുടെ കണ്ണുകളിലെ ഭാവം വെറുപ്പോ ഈർഷ്യയോ എന്ന് വിവേചിക്കാനാവാതെ ഒരു നിമിഷം അവൾ സ്തബ്ധയായി നിന്നു.

മുടി ചീകുകയേ വേണ്ടെന്ന് ഉടൻ തീരുമാനിക്കുകയും ചെയ്തു. അവൾ അവളുടെ വേദനയിൽ സ്വയം നഷ്ടപ്പെട്ടു നില്ക്കെ, ചെറിയമ്മ രേണുവിനെ അതിഥികളുടെ അടുത്തേക്ക് നയിച്ചു.

പെട്ടെന്ന് ആരോ പിടിച്ച് തള്ളിയതുപോലെ വേണുക്കുട്ടൻ മുന്നിൽ വന്നു നിന്നു. അവന്റെ ശബ്ദം കരച്ചിലിന്റെ വക്കിലെത്തിയിരുന്നു.

“എന്നോട് സുമച്ചേച്ചീടടുത്ത് ഇവിടെ നിന്നാ മതീന്ന്. അവിടെച്ചെന്ന് ‘വായിൽനോക്കി’ നില്ക്കരുതെന്ന് അമ്മ പറഞ്ഞു. ഞാനവിടെ വെറുതെ നിക്കായിരുന്നു സുമച്ചേച്ചീ.”

“നമുക്കിവിടെത്തന്നെ നിന്നാൽ മതി മോനേ.” അവളുടെ ശബ്ദം ഗദ്ഗദത്തിലൊളിച്ചു.

അനവസരത്തിൽ അവിടെ വന്നുകയറാനിടയായ ആ നിമിഷത്തെ അവൾ ഒരു നൂറുവട്ടം ശപിച്ചു. എങ്ങനെ അവിടെ നിന്നൊന്നു രക്ഷപ്പെടും എന്ന ചിന്ത മാത്രമായിരുന്നു അപ്പോളവളുടെ മനസ്സിൽ.

“സുമച്ചേച്ചിയെ കാണാൻ എന്നാ ആള് വര്വാ?”

നിനച്ചിരിക്കാതെയായിരുന്നു വേണുക്കുട്ടന്റെ ചോദ്യം.

തന്നെക്കാണാൻ....! ഉയർന്നുവന്ന നെടുവീർപ്പ് ഒതുക്കി അവൾ പറഞ്ഞൊപ്പിച്ചു:

“സുമച്ചേച്ചി പഠിക്ക്യല്ലേ? ജയിച്ച് ജോലിയൊക്കെ കിട്ടീട്ടല്ലേ കല്യാണം?”

“അപ്പോ രേണുച്ചേച്ച്യെന്താ പഠിക്കാത്തത്?”

“ഇതൊന്നും കുട്ട്യോള് ചോദിക്കരുത്.”

“നിയ്ക്കറിയാം. രേണുച്ചേച്ചി മന്തത്ത്യാ....”

അവന് ഇപ്പോൾ അമ്മയോടു മാത്രല്ല രേണുവിനോടും ദേഷ്യമാണെന്നു തോന്നുന്നു.

“ചേച്ചീടെ കുട്ടി പോയി അവരൊക്കെ ഉമ്മറത്തേക്ക് പോയോ എന്നു നോക്കിവരൂ.”

“അയ്യോ – അമ്മ എന്നെ കൊല്ലും!” കുഞ്ഞിക്കണ്ണുകളിൽ ഭയം നിഴലിച്ചു.

“സൂത്രത്തിലൊന്നു നോക്കീട്ടു വരൂ. അമ്മ അറിയില്ല.”

അവന്റെ കാലുകൾ ഭയപ്പാടോടെ ചലിച്ചു.

തന്റെ സങ്കല്പങ്ങളുടെ സാക്ഷാൽക്കാരം വിദൂരതയിലാണെന്നറിയാവുന്നതുകൊണ്ട് രേണുവിനെപ്പോലെ സ്വപ്നങ്ങൾ നെയ്തെടുക്കാനും അതുകൊണ്ടുതന്നെ ‘കാടുകയറാ’നും തുടങ്ങിയിരുന്നില്ല.

വേണുക്കുട്ടന്റെ ചോദ്യംമൂലം അല്പനേരത്തേക്ക് സമനില കൈവിട്ടു പോയ മനസ്സിനെ അവൾ പിടിച്ചുനിർത്തി.

"എല്ലാവരും പോകാനിറങ്ങി." അവൻ ഓടി വന്നു പറഞ്ഞു. അവൾ വേഗം അടുക്കള വശത്തേക്ക് നടന്നു. പുസ്തകങ്ങളും ഡബ്ബയും വെച്ച തെവിടെയാണെന്നോർമ്മയില്ല.

രേണു അടുക്കളയിലുണ്ട്.

ചുണ്ടിൽ മന്ദഹാസം വിരിയുന്നു. കണ്ണുകളിൽ സംതൃപ്തിയുടെ പൂത്തിരി.

"സുമേ, ഞാൻ നല്ലവണ്ണം കണ്ടൂട്ടോ. എനിക്കു പിടിച്ചു."

അങ്ങോട്ടൊന്നും ചോദിക്കുന്നില്ലെന്ന് കണ്ടിട്ടാവണം രേണു പറഞ്ഞു.

അവളൊന്നും കേൾക്കുന്നുണ്ടായിരുന്നില്ല.

"എന്റെ പുസ്തകം കണ്ടില്ലല്ലോ."

അവൾ തിരക്കി.

"ദേ.... ഊണു മേശമേലാ വെച്ചിരുന്നത്. അമ്മ ഇങ്ങോട്ടെടുത്തു വെച്ചതാ."

അടുക്കളത്തിണ്ണയിലേക്ക് അലസമായി വലിച്ചെറിഞ്ഞ പുസ്തക ങ്ങളും ഡബ്ബയുമെടുത്ത് അവൾ പുറപ്പെട്ടു.

"ഞാൻ പോട്ടേ. - രേണൂ - അമ്മയോട് പറഞ്ഞേക്കൂ..."

പുറത്തു കടന്നപ്പോൾ രക്ഷപ്പെട്ട ആശ്വാസം.

എന്തുവന്നാലും ഇനി അവരുടെ വീട്ടിൽ പോവില്ലെന്ന് നിനച്ചിരുന്ന താണ്....

അമ്മയുടെ മുഖത്തു നിഴലിക്കുന്ന ദൈന്യം.... കണ്ണുകളിലെ വരൾച്ച, ആലംബം നഷ്ടപ്പെട്ട നിസ്സഹായത ഇതൊക്കെ കാണുമ്പോൾ എല്ലാ പ്രതിരോധങ്ങളും ഒലിച്ചുപോകും.

അമ്മയോടുമാത്രം കാണിക്കുന്ന തന്റെ ഈ ദൗർബല്യം മൂലമല്ലേ ഇന്നും തനിക്ക് അപമാനിതയാകേണ്ടി വന്നത്?

കയറിച്ചെല്ലുമ്പോൾ രേണുവും ചെറിയമ്മയും മുറ്റത്തുതന്നെ നില്പു ണ്ടായിരുന്നു. വേണുക്കുട്ടനെ അവിടെയെങ്ങും കണ്ടില്ല.

രേണുക വാടിയ മുഖത്തോടെ അകത്തേക്ക് വലിഞ്ഞു. എന്തോ പന്തികേടുണ്ടെന്ന് അപ്പോൾത്തന്നെ തോന്നി.

ചെറിയമ്മയ്ക്ക് കണ്ടഭാവമേ ഇല്ലെന്നുണ്ടോ? അഗതിയെപ്പോലെ വീണ്ടും കയറി വന്നു തന്നെ വേണം പറയാൻ. ചെറിയമ്മയുടെ മുഖം വിങ്ങി വീർത്തപോലെ കാണപ്പെട്ടു.

"എന്തേ ചെറ്യേമയ്ക്ക് സുഖംല്യേ...."

"ഉം - സൂക്കടൊന്നൂല്യ...." നിശ്ശബ്ദത കനത്തുവന്ന നിമിഷങ്ങൾ!

"രേണുവിന്റെ കല്യാണക്കാര്യം അറിയാൻ അമ്മയ്ക്ക് ധൃതിയായി. വിവരം അറിഞ്ഞുവരാൻ എന്നോട് പറഞ്ഞിട്ട് രണ്ടു ദിവസമായി ഇന്നേ..."

അവരുടെ പ്രതികരണം കണ്ട് അവൾ നിർത്തി:

“എന്തു വിവരാ നെനക്കറിയേണ്ടത്?” ചോദ്യത്തിലെ കാർക്കശ്യം അവളെ ഒട്ടൊന്നുമല്ല അമ്പരപ്പിച്ചത്.

“ന്നാ കേട്ടോളൂ. അവർക്ക് ബോധിച്ചത് നിന്ന്യാ... ത്രേ. മുഹൂർത്തത്തിനുതന്നെ തിരുമുമ്പീക്കൂടെ ഇങ്ങട് എഴുന്നള്ളിക്ക്യേം ചെയ്തില്ല്യേ?”

തിരുത്താൻ കഴിയാതെ, അവൾ വേദനയുടെ ആഴങ്ങളിലലിഞ്ഞു.

വഴിത്തിരിവുകൾ

ജൂൺ മാസത്തിലെ ഒരു നനഞ്ഞ പ്രഭാതം ഉഷഃസന്ധ്യയുടെ വേർപാടിൽനിന്നു ചിണുങ്ങുന്ന പച്ചിലത്തുമ്പുകളിൽ കണ്ണീർക്കണങ്ങൾ. അവയെ ഒപ്പിയെടുക്കാൻ വെമ്പിയെത്തിയ കുളിർക്കാറ്റ്. വേപ്പു മരച്ചില്ലയിലൂടെ അരിച്ചെത്തുന്ന നേർത്ത പ്രകാശകിരണങ്ങൾ! ഇന്ന് പ്രകൃതി എത്ര സുന്ദരമായിരിക്കുന്നു; ശാരദടീച്ചർ ഓർത്തു.

ഉമ്മറത്ത് പാൽക്കാരനെയും പ്രതീക്ഷിച്ച് അവർ നിന്നു. പത്രക്കാരൻ തിണ്ണയിലേക്കെറിഞ്ഞിട്ട പത്രം അപ്പോഴാണ് കണ്ണിൽപ്പെട്ടത്. എടുത്തു നിവർത്തി. പ്രധാനവാർത്തകൾ ഒന്ന് ഓടിച്ചുനോക്കി. മുഴുവൻ വായിക്കാൻ സമയമെവിടെ? അതെല്ലാം വൈകിട്ട്....

പെട്ടെന്ന് വെളിച്ചം മങ്ങിവരുന്നതായി തോന്നി. ആകാശം കാർമേഘങ്ങൾ കൊണ്ട് നിറഞ്ഞു....

“ദേവിയുടെ തിരുവാഭരണം കണ്ടെടുത്തു. മോഷ്ടാക്കൾ അറസ്റ്റിൽ.”

മോഷ്ടാക്കളുടെ ഫോട്ടോ കൊടുത്തിട്ടുണ്ട്. പേരുകൾ വായിച്ചപ്പോൾ വിശ്വസിക്കാൻ മനസ്സ് വഴങ്ങിയില്ല. ഫോട്ടോ ഒന്നുകൂടി സൂക്ഷിച്ചു നോക്കി. സംശയം തീർന്നു!

അതെ, മുരളീധരൻ!...

മുരളി...!

ഹൃദയത്തിൽ എവിടെയോ ഒന്നു കൊളുത്തി വലിച്ചതുപോലെ തോന്നി.

തൊണ്ടയിൽ കുടുങ്ങിയ ഒരു മുള്ളുപോലെ ആ വാർത്ത അവരെ അസ്വസ്ഥയാക്കിക്കൊണ്ടിരുന്നു. എത്ര ശ്രമിച്ചിട്ടും മുരളിയെ ഒരു കള്ളനായി കാണാൻ മനസ്സ് സമ്മതിക്കുന്നതേയില്ല!

വൈകിയെത്തിയ പാല്ക്കാരൻ, ചോദിക്കാതെ തന്നെ കാരണം പറ

യുകയാണ്.

പത്രം നോക്കിനിന്ന് അല്പം വൈകിപ്പോയി. തിരുവാഭരണം കിട്ടീത്രേ. കിട്ടാതിരിക്ക്വോ. അത്ര ഊറ്റമുള്ള ദേവിയുടെ മുതലല്ലേ? കളവു നടത്തിയതിൽ ശാന്തിക്കാരന്റെ മകനുണ്ടത്രേ...

അയാൾ കൂടുതൽ വാചാലനാവുകയാണ്.

ഒന്നും പറയാതെ, പാലുമെടുത്ത് നടന്നു. തണുത്ത പ്രതികരണ ത്തിൽ അത്ഭുതം പൂണ്ടവനെപ്പോലെ. 'അമ്മേ... മഹാമായേ....' എന്ന് മന്ത്രിച്ചു കൊണ്ടു അയാൾ തിരിച്ചു നടന്നു.

ഓർമ്മകൾ പിടിവിട്ട് പിന്നോക്കം പായുന്നുവോ? വർഷങ്ങൾ എത്ര കടന്നുപോയി? നാലോ? അഞ്ചോ?

എല്ലാം ഇന്നലെ കഴിഞ്ഞതുപോലെ തോന്നുന്നു.

വളരെക്കാലത്തെ കാത്തിരിപ്പിനുശേഷമാണ് ഗവൺമെന്റ് സർവ്വീ സിൽ ജോലി ലഭിച്ചത്. വീട്ടിൽനിന്ന് നാല്പതു നാഴികയോളം അകലെ കിഴക്കൻ മലയോരത്ത്.

മണിക്കൂറുകൾ യാത്ര ചെയ്തശേഷം ഇറങ്ങേണ്ട സ്റ്റോപ്പിൽ അച്ഛ നോടൊപ്പം ബസിറങ്ങി. സ്കൂൾ കണ്ടെത്തുക ഏറെ ദുഷ്കരമാണെന്ന് കരുതി ഒരു ടാക്സി വിളിച്ചു.

രണ്ടു മിനിട്ട് ടാക്സി ഓടിക്കാണില്ല, അതിനുമുമ്പേ, കയറ്റത്തിലുള്ള ഒരു തിരിവിൽ സ്കൂളിന്റെ ഗേറ്റ് കണ്ടു. ടാക്സി വേണ്ടിയിരുന്നില്ല എന്നു തോന്നുകയും ചെയ്തു.

അന്ന് സ്കൂളിൽ തിരഞ്ഞെടുപ്പിന്റെ ബഹളമായിരുന്നു. കരിയിലക്കി ളികളെപ്പോലെ ചിലച്ചുകൊണ്ട് ഒരുകൂട്ടം പെൺകുട്ടികൾ നടന്നു നീങ്ങു ന്നു. അകമ്പടിയായി കുറച്ച് ആൺകുട്ടികളും. കാർ അവരുടെ ശ്രദ്ധ യിൽപ്പെട്ടത് അപ്പോഴാണ്.

ഡ്രൈവർ ബ്രേക്ക് ചവിട്ടുമ്പോഴേക്കും വന്നു പൊതിഞ്ഞുകഴിഞ്ഞു.

"അമ്പലനടയിലെ ടാക്സിയാണെടാ" ഒരാൾ.

"പുതിയ ടീച്ചറാണെന്നാ തോന്നുന്നേ" വേറൊരാൾ.

"നമുക്കു ചോദിക്കാം." മറ്റൊരാൾ.

ടാക്സിക്കൂലി കൊടുക്കാൻ ഭാവിക്കുന്ന അച്ഛനെ ഒരുത്തൻ വന്നു തടഞ്ഞു.

"ഞങ്ങളുടെ ടീച്ചറെ ഇത്രദൂരം കൊണ്ടുവന്നതിന് തനിക്കു കാശു വേണം. അല്ലേ? ഒന്നു വാങ്ങിക്ക്. പിന്നെ ഞങ്ങളൊക്കെ ഇവിടെ എന്തിനാ?"

ഡ്രൈവർക്ക് വലിയ പരിഭ്രമമൊന്നും കണ്ടില്ല. അയാൾ കാർ തിരിച്ചു. "എങ്കിൽ വേണ്ട" എന്നു പറഞ്ഞു. ഒന്നും സംഭവിക്കാത്തതുപോലെ ഓടി ച്ചുപോയി. കാറിന്റെ ടയറിനു ആയുസ്സ് വേണമെന്ന് അയാൾ കരുതിയി രിക്കണം.

വിസ്മയിച്ചുനില്ക്കേ, കേട്ടു:

"ആ കാറുകാരനു കൊടുക്കാൻ പോയ കാശിങ്ങോട്ടു തന്നേ കാരണ

വരെ. നാലു രൂപ മതി.” ഞങ്ങൾക്ക് അകമ്പടി സേവിച്ചിരുന്നവരിൽ ഒരാളാണ്.

ബഹളത്തിനൊന്നും നില്ക്കേണ്ട എന്നു കരുതിയാകണം അച്ഛൻ രൂപ കൊടുത്തു. എന്തോ ഉച്ചത്തിൽ വിളിച്ചു കൂവിക്കൊണ്ട് സൈന്യം ഓടിപ്പോയി.

ഒരുവൻ മാത്രം പോകാതെനിന്നു. വിടർന്ന കണ്ണുകളും ഓമനത്തം തുളുമ്പുന്ന മുഖവും എന്തുകൊണ്ടോ മനസ്സിൽ ഉടക്കി.

വെളുത്തു കൊഴുത്ത ശരീരം. പ്രായത്തിൽ കവിഞ്ഞ വളർച്ച. എങ്കിലും കണ്ണുകളിൽ നിഷ്ക്കളങ്ക ഭാവം.

“കുട്ടീ, ഓഫീസ് എവിടെയാണ്?”

“രണ്ടാം നിലയിലാണ്. ഞാൻ കാണിച്ചുതരാം.”

അവൻ ഓടിയോടി പടികൾ കയറി. പുറകെ കയറുമ്പോൾ ചോദിച്ചു:

“കുട്ടീടെ പേരെന്താ?”

“മുരളീധരൻ”

പിന്നെ ഒരു ദിവസം, താൻ ക്ലാസദ്ധ്യാപികയായി നിയമിക്കപ്പെട്ട ഒമ്പതാം ക്ലാസ് ബിയിലെ രജിസ്റ്ററുമെടുത്തു നടന്നു. സ്റ്റാഫിൽ പലരും ആ ക്ലാസിലെ കുട്ടികളെപ്പറ്റി പേടിപ്പെടുത്തുന്ന രീതിയിൽ സംസാരിക്കാറുണ്ടായിരുന്നു.

ഓരോ ക്ലാസിലെയും മുതിർന്ന കുട്ടികൾ ജനലിലൂടെ തലയിട്ടു നോക്കി. പുതിയ ടീച്ചർ വരുമ്പോൾ അങ്ങനെയാണ്. സാധനം എങ്ങനെ? കുരങ്ങ് കളിപ്പിക്കാൻ പറ്റുന്ന തരത്തിലുള്ളതാണോ?

തന്റെ ക്ലാസിന്റെ മുമ്പിലെത്തിയപ്പോൾ, കൂട്ടത്തിൽ മുരളീധരന്റെ ശിരസ്സും കണ്ടു.

അവൻ വലിയ ആഹ്ലാദത്തോടെ ചോദിച്ചു:

“ടീച്ചർ ഞങ്ങൾക്കു തന്നെയോ?”

അവന്റെ മുഖത്ത് എന്തൊരു തിളക്കം! പുഞ്ചിരിച്ചുകൊണ്ട് അകത്തു കയറി. എല്ലാവരും എഴുന്നേല്ക്കുന്ന ബഹളം അതിനിടയിൽ ഒരുവൻ. ഡസ്ക് ചലിപ്പിച്ച് ഇൻസ്ട്രുമെന്റ് ബോക്സ് തള്ളിയിടാനുള്ള ശ്രമത്തിലാണ്. ഒരു വിധം അതവൻ പറ്റിച്ചു.

‘ഝ് ലീം......’

ഒരു വലിയ ശബ്ദത്തോടെ അത് താഴെ വീണു. പല വസ്തുക്കളും അതിൽനിന്ന് തെറിച്ചുവീണു.

പിന്നെ ഒരു പൂച്ച കരച്ചിൽ, അതിനോടനുബന്ധിച്ച് പട്ടിയുടെ മോങ്ങലും, തുടർന്ന് എല്ലാവരും നിശ്ശബ്ദമായി. അത് കൃത്രിമമായിരുന്നുവെന്നറിഞ്ഞു. പെൺകുട്ടികളുടെ ഭാഗം നിശ്ചലം. അവിടെ ആകാംക്ഷ മാത്രം.

ഒന്നും അറിയാത്തതുപോലെ പറഞ്ഞു:

“മുരളീധരാ, ആ ഇൻസ്ട്രുമെന്റ് ബോക്സ് ഇങ്ങോട്ടെടുത്തുവെക്കൂ. പൂച്ച തട്ടി മറിച്ചതാണെന്നു തോന്നുന്നു. പട്ടി കടിച്ചുകൊണ്ടു പൊയ്ക്ക

ളയും."

കുട്ടികൾ പരസ്പരം നോക്കി. അവരുടെ കണ്ണുകളിൽ അത്ഭുതത്തിന്റെ പൂത്തിരികൾ. ഒന്നു തറച്ചു നോക്കിയപ്പോൾ കുസൃതിക്കാരന്റെ തല താണു. 'പൂച്ചയും' 'പട്ടിയും' പിന്നെ ശബ്ദിച്ചില്ല. കുറേ ഉപദേശങ്ങളുമായി അന്നങ്ങനെ കഴിഞ്ഞു.

എല്ലാവരും എഴുതിത്തള്ളിയിരുന്ന ആ ക്ലാസിനു ഒരു അടുക്കും ചിട്ടയും വരുത്താൻ ഏറെ നാൾ പണിപ്പെടേണ്ടി വന്നില്ല.

ശാരദടീച്ചർ എന്തു മായാജാലമാണ് അവിടെ പ്രയോഗിച്ചതെന്ന് സഹപ്രവർത്തകർ അല്പമൊരാകാംക്ഷയോടെ തന്നെ ചോദിച്ചറിഞ്ഞു.

ഒരു വഴിത്തിരിവിന്റെ ആരംഭത്തിൽ കുസൃതിയും കോമാളിത്തവുമായി എത്തുന്ന ആ പ്രായക്കാരെ, അല്പം സ്വാതന്ത്ര്യം നല്കി വേണ്ടതുപോലെ വളച്ചെടുക്കാമെന്ന് അന്ന് അഭിമാനിച്ചിരുന്നു.

മുരളീധരൻ ഏതു പ്രവർത്തനത്തിനും മുമ്പിലുണ്ടായിരുന്നു. ക്ലാസ് ലീഡറുമായിരുന്നു. കോമ്പോസിഷൻ പുസ്തകങ്ങൾ ലോഡ്ജിലെത്തിക്കുന്നതും തിരിച്ചു കൊണ്ടുപോരുന്നതുംവരെ അവനായിരുന്നു.

ഒരു ദിവസം താൻ കൂട്ടുകാരുമൊത്ത്, പ്രസിദ്ധമായ ആ ക്ഷേത്രത്തിൽ ദീപാരാധന തൊഴാൻ പോയിരുന്നു.

നാലമ്പലത്തിനുള്ളിൽ കടന്നപ്പോൾ 'ഇടയ്ക്ക' കൊട്ടുന്ന മുരളി, അവനാകെ നാണിച്ചുപോയി. തല കുനിഞ്ഞു. കൊട്ടിന് താളം പിഴച്ചുവോ?

അവന്റെ അച്ഛൻ അവിടത്തെ ശാന്തിക്കാരനാണെന്ന് അന്നാണറിയാനിടയായത്.

ചിലപ്പോഴൊക്കെ ശിവന്റെ നടയ്ക്കൽ പ്രസാദം കൊടുക്കാനും മുരളിയെ കണ്ടിരുന്നു. തന്നെക്കണ്ടാൽ ഒട്ടും ലോഭമില്ലാതെ ഒരു കുടന്ന പ്രസാദം കൈയിലിട്ടുതരും.

ഇതാവർത്തിക്കാൻ തുടങ്ങിയപ്പോൾ ഒരിക്കൽ പറഞ്ഞു.

"മിതവ്യയം ശീലിക്കണം കേട്ടോ?" അവൻ മറ്റുള്ളവരെ നോക്കി പരുങ്ങി.

അവന് പഠിപ്പിൽ ഉത്സാഹം കുറഞ്ഞു വരുന്നതായി തോന്നിത്തുടങ്ങിയിരുന്നു. ആദ്യത്തെ പരീക്ഷക്കാലം.

ഒരു ദിവസം മാധവിടീച്ചർ പറഞ്ഞു:

"തന്റെ മുരളീധരനില്ലേ? അവൻ അരമണിക്കൂറിനു മുമ്പേ എഴുത്തു നിർത്തി പോയിക്കഴിഞ്ഞു."

തരക്കേടില്ലാതെ പഠിച്ചിരുന്നതാണ്. ആ കുട്ടിക്ക് എന്തുപറ്റി?

എല്ലാം വ്യക്തമായിത്തന്നെ ഓർത്തുപോകുന്നു.

അന്ന് ഇംഗ്ലീഷ് പരീക്ഷയായിരുന്നു. പരീക്ഷ തുടങ്ങി ഒരു ഇരുപത് മിനിറ്റായി കാണണം, ജനലരികിൽ ഒരു നിഴലാട്ടം. നോക്കിയപ്പോൾ മുരളി.

"എന്തേ?" വിളിച്ചു.

"ഇത്രവേഗം എല്ലാം എഴുതിക്കഴിഞ്ഞോ?"

ഒരു പുഞ്ചിരിയോടെ തലയാട്ടി അവൻ പെട്ടെന്ന് ഓടിക്കളഞ്ഞു. പിന്നീട് നോക്കുന്നിടത്തൊക്കെ, ഒരു മിന്നൽപ്പോലെ മുരളിയെ കാണാം. അമ്പലത്തിലേക്കു പോകുന്ന വഴിയിൽ, ലോഡ്ജിലേക്കു തിരിയുന്ന മൂല യിൽ, കോണിയുടെ ചുവട്ടിൽ, സ്റ്റാഫ് റൂമിന്റെ മുമ്പിൽ... തന്റെ നിഴൽ കണ്ടാൽ ഒന്നുചിരിച്ച് പെട്ടെന്ന് ഓടിമറയും.

ഏതെങ്കിലും പെൺകുട്ടികളുടെ 'വായിൽ നോക്കി' നടക്കുന്നു ണ്ടാകും. അതാവണം തന്നെക്കാണുമ്പോൾ ഇത്ര ജാള്യമെന്നു കരുതി. അവൻ അത്രയ്ക്കൊക്കെ മുതിർന്നുവോ എന്നും തെല്ലു വിസ്മയത്തോടെ ഓർത്തുപോയിരുന്നു.

മാർക്കുകൾ കിട്ടിയപ്പോൾ മിക്ക വിഷയത്തിലും മുരളി തോറ്റിരി ക്കുന്നു. തോറ്റവരുടെ രക്ഷിതാക്കളെ വരുത്തിയ കൂട്ടത്തിൽ മുരളിയുടെ അച്ഛനും വന്നു. ഏറെ സങ്കടം പറഞ്ഞു.

"ആകെയുള്ള ഒരാൺതരിയാണ്. മൂത്തത് മൂന്നു പെൺകുട്ടികൾ. ഇതിനെ എങ്ങനെയെങ്കിലും ഒന്നു കരപറ്റിക്കാനാണ് ഈ പാടുപെടു ന്നത്. ടീച്ചർ അവനെ ഒന്ന് ഗുണദോഷിക്കണം."

അന്ന് അവസാനത്തെ പിരിയഡ്ഡാണ് ക്ലാസ്. എല്ലാവരുടെയും നോട്ടം ബെല്ലടിക്കുന്നോ എന്നായിരുന്നു. അവരുടെ ശ്രദ്ധ തിരിക്കാൻ വേണ്ടി, മുമ്പൊരു ദിവസം ഏറ്റിരുന്നതനുസരിച്ച് ഒരു കഥ പറയാനൊരുങ്ങി. അവരെ മെല്ലെ കണ്വാശ്രമത്തിലേക്കു നയിച്ചു. ദുഷ്യന്തനെ ഒന്നുകൂടി നോക്കാൻ വേണ്ടി 'കൊണ്ടു ദർഭമുന കാലിലൊന്നു വെറുതെ നടിച്ചു' നില്ക്കുന്ന ശകുന്തളയെക്കുറിച്ച് അല്പം വാചാലമായി തന്നെ സംസാ രിച്ചു.

പെൺകുട്ടികൾക്ക് നാണം വന്നു. കഥ തുടരവെ, പിൻബഞ്ചിൽനിന്ന് ഒരു ചെറിയ ബഹളം. ജെയിംസ് മുരളിയുടെ കൈയിൽനിന്ന് ഒരു പുസ് തകം പിടിച്ചുവാങ്ങുകയാണ്.

"യു സ്റ്റാന്റപ്പ്" ഗൗരവത്തോടെ പറഞ്ഞു.

ജെയിംസ് എഴുന്നേറ്റു നിന്നു.

"എന്താണിവിടെ?" ആരും മിണ്ടുന്നില്ല. മുരളിയുടെ കൈയിൽനിന്ന് ഒരു പുസ്തകം താഴെ വീഴുന്നത് കണ്ടു.

"അതിങ്ങെടുക്കൂ." അടുത്തു ചെന്നു പറഞ്ഞു.

കുനിഞ്ഞു പുസ്തകമെടുക്കാൻ അവൻ വളരെ താമസിപ്പിച്ചു.

"അതവിടെ പറ്റിപ്പിടിച്ചോ?"

ദേഷ്യത്തിൽ അത്രയും ചോദിച്ചപ്പോൾ അവൻ മെല്ലെ എടുത്തുനീട്ടി. ആ കൈകൾ വിറയ്ക്കുന്നുണ്ടായിരുന്നു.

താളുകൾ മറിച്ചപ്പോൾ ഒരു നിമിഷം സ്തംഭിച്ചുപോയി. എങ്കിലും വേഗത്തിൽ സമനില വീണ്ടെടുത്തു. പിൻബഞ്ചിൽനിന്നും പാറിവന്ന, പരി ഹാസദ്യോതകമായ നോട്ടങ്ങളെ അവഗണിച്ചുകൊണ്ട് പറഞ്ഞൊപ്പിച്ചു:

"ഇതാണ് തന്റെ സുഖക്കേട് അല്ലേ? ഇതിന് മരുന്നുണ്ട്."

ക്ലാസിൽ ആകെ ബഹളം....

പെട്ടെന്ന് ബെല്ലടിച്ചത് ഒരു അനുഗ്രഹമായി തോന്നി.

പതിവുപോലെ മാധവി ടീച്ചറെ കാത്തുനില്ക്കാതെ ലോഡ്ജിലേക്ക് നടന്നു. നടക്കുകയല്ല; ഓടുകതന്നെയായിരുന്നു. അപ്പോൾ മനസ്സ് മന്ത്രിച്ചു - എന്തിനിത്ര പരിഭ്രമം. തിരിച്ചറിവില്ലാത്ത വിദ്യാർത്ഥി. ഒരു ടീച്ചറായാൽ അല്പമൊരു ധൈര്യമൊക്കെ വേണ്ടേ?

കണ്ണുകൾ പക്ഷേ, ഈറനാവുക തന്നെ ചെയ്തു.

ഓരോ അക്ഷരവും ഹൃദയത്തിൽ കൊത്തിവലിക്കുകയാണ്.

-ഐ ലവ് യു ശാരദ - ശാരദ-

പേജുകളിൽ നിറയെ കുനുകുനുന്നനെ എഴുതി നിറച്ചിരിക്കുകയാണ്.

അരിശവും സങ്കടവും നിയന്ത്രിക്കാൻ പാടുപെടേണ്ടി വന്നു.

മാധവിടീച്ചർ വന്നു ചോദിച്ചു. “എന്തേ മിണ്ടാതെ പോന്നത്? കണ്ണും നിറച്ച് ഇരിക്കയാണോ? എന്തു പറ്റി?”

തനിക്കെന്താണ് പറ്റിയത്?

എല്ലാം അവരോട് തുറന്നുപാഞ്ഞു. “ഇതിനാണോ കഷ്ടം! ഇതല്ല ഇതിലപ്പുറവും കാണിക്കും ഈ പിള്ളേർ.”

അവർ തുടർന്നു:

“എന്നാലും... ഈ കുട്ടി ഇത്രയല്ലേ ഉള്ളൂ. എന്നിട്ടും അവന്റെ ഒരു വികൃതി...”

അവർ മൂക്കത്ത് വിരൽ വെച്ചു.

“എന്നെക്കുറിച്ചിങ്ങനെ ഒരു ചീത്തപ്പേരു പരക്കുമല്ലോ എന്നോർത്തിട്ടാണ്....”

“അതൊന്നും സാരമാക്കാനില്ല, നമ്മളായിട്ട് കൂടുതലൊന്നും പരത്താൻ പോകണ്ട. എല്ലാം താനേ അടങ്ങിക്കൊള്ളും.”

പക്ഷേ, വിചാരിച്ചതുപോലെയല്ല സംഭവിച്ചത്.

ഒപ്പു കടലാസിൽ മഷി പടരുന്നതു പോലെ അതു പരന്നു. പുതിയ കഥകളും അനുബന്ധങ്ങളുമുണ്ടായി.

അദ്ധ്യാപകർ സഹതാപവുമായി അടുത്തു വന്നു.

ചെറുപ്പക്കാരായ ചിലർ പരിഹസിച്ചു ചിരിച്ചു.

എങ്ങനെയോ ഹെഡ്മാസ്റ്ററും അറിഞ്ഞു.

രക്ഷിതാവിനെ കൊണ്ടുവരാതെ അവനെ ക്ലാസിൽ കയറ്ററുതെന്ന ഉത്തരവും വന്നു.

പിന്നീട് കുറെ ദിവസത്തേക്ക് മുരളിയെ കണ്ടില്ല.

ഒരു ദിവസം അവൻ അച്ഛന്റെ കൂടെ വന്നു.

അദ്ദേഹം പറഞ്ഞു: “ഇങ്ങനെ ഒരു സന്താനം എനിക്ക് പിറന്നല്ലോ, ഗുരുനാഥന്മാർ ദൈവത്തിന് തുല്യരാണെന്നാണ് ഞാനവനെ പഠിപ്പിച്ചത്. എന്നിട്ടല്ലേ അവൻ...” അയാൾ വാക്കുകൾ കിട്ടാതെ നിന്നു വിഷമിച്ചു.

ഇങ്ങനെയുള്ള ചില ശുദ്ധന്മാർ ഇപ്പോഴും ഉണ്ടല്ലോ എന്നാണപ്പോൾ ഓർത്തത്.

“ഇനി മതി അവൻ പഠിച്ചത്. അവനെക്കൊണ്ടു തെറ്റു പറയിക്കാ

നാണ് ഞാൻ കൊണ്ടുവന്നത്.”

അയാൾ രൂക്ഷമായി മകനെ നോക്കി.

അവൻ തലകുനിച്ചു നില്ക്കുകയാണ്. ഒന്നും പറയാൻ കഴിഞ്ഞില്ല. അതുവരെ ആ കുട്ടിയോടുണ്ടായിരുന്ന ദ്വേഷ്യവും വെറുപ്പും അലിഞ്ഞു പോയി.

ചിറകു വിടർത്തേണ്ട ഒരു ജീവിതം തിടപ്പള്ളിയിലും ശ്രീകോവിലിലും ഊട്ടുപ്പുരയിലുമായി ഒതുങ്ങി ഞെരിഞ്ഞമരുന്നത് കാണുന്നതു പോലെ തോന്നി.

ഇപ്പോൾ എല്ലാം വ്യക്തമാകുന്നു....

എന്റെ കുട്ടി!

അറിയാതെ ഒരു നെടുവീർപ്പുയർന്നു.

പൊലീസ് സ്റ്റേഷന്റെ പരുപരുത്ത ചുമരുകളിൽ ചാരിയിരുത്തി വെളുത്ത കാലടികളിൽ ആഞ്ഞുപതിക്കുന്ന ചൂരലിന്റെ ശബ്ദം കേൾക്കുന്നുവോ...!

മൂപ്പെത്താത്ത കാൽവിരലുകളുടെ നഖങ്ങൾക്കിടയിൽ മൊട്ടുസൂചികൾ തിരുകിക്കയറ്റുന്ന രംഗം കാണുന്നുവോ...!

ഒഴുകിവന്ന കണ്ണീർ തുടച്ചുകളഞ്ഞു. എന്നിട്ടും വിതുമ്പലടക്കാൻ കഴിയാതെ, വിറപൂണ്ട ചുണ്ടുകളെ സാരിത്തലപ്പുകൊണ്ടമർത്തി. ശാരദ ടീച്ചർ കട്ടിലിൽ ചെന്നുവീണു.

ഇവൾ പത്മിനിക്കുട്ടി

പത്മിനിക്കുട്ടിക്ക് കണ്ണാടി താഴെ വെക്കാൻ തോന്നുന്നതേയില്ല. രസമടർന്ന മങ്ങിയ കൊച്ചുകണ്ണാടി കൈമാറിപ്പിടിച്ച് പുത്തൻ കമ്മലണിഞ്ഞ കാതുകൾ അവൾ സസൂക്ഷ്മം പരിശോധിച്ചു.

കരയാംപൂവിന്റെ മൊട്ട് കൊളുത്തിയിടാവുന്ന കൊച്ചുവൃത്തങ്ങൾ.

അറ്റത്തുറപ്പിച്ച മുത്തുകൾ.

എന്തു ഭംഗി!

നോക്കിയിട്ടും നോക്കിയിട്ടും അവൾക്കു മതിയാവുന്നില്ല.

തൂങ്ങുന്ന മുത്തുകളായിരുന്നു പത്മിനിക്കിഷ്ടം. അതു വാങ്ങാൻ അമ്മ സമ്മതിക്കണ്ടേ? – നാലുസം കഴീമ്പളക്കും ഒക്കെ പൊട്ടിച്ചു കളയും.

അമ്മയുടെ അഭിപ്രായമാണ്. എങ്ങനെയെങ്കിലും രണ്ട് അവധി ദിവസങ്ങളൊന്നു കഴിഞ്ഞു കിട്ടിയെങ്കിൽ!

തന്റെ ഈ നിധി കൂട്ടുകാരെ കാണിക്കാനവൾക്കു ധൃതിയായി. അവൾ കണ്ണാടിയിൽ ചാഞ്ഞും ചരിഞ്ഞും നോക്കി. തല കുലുക്കി നോക്കി.

കണ്ണാടിയിലെ പത്മിനി അവളെക്കണ്ട് നാണിച്ചു. അപ്പോളാണ് ഭാമ്പോപ്പോളുടെ വരവ്.

ഉറക്കെയുറക്കെ സംസാരിക്കുന്നതാരോടാണ്?

മേലെത്തൊടിയിലെ ഒതുക്കുകൾ കയറുന്നതേയുള്ളൂ.

തനിച്ചാണല്ലോ ഇന്ന്. ഭാസ്കരേട്ടൻ കൂടെയില്ലെങ്കിൽ പണിക്കാരത്തികളാരെങ്കിലും കൂടെയുണ്ടാവാറാണല്ലോ പതിവ്.

തൊടിയിലിരുന്നു ഓലമെടഞ്ഞിരുന്ന കാളുത്തള്ള പിന്നാലെ കൂടിയിട്ടുണ്ട്.

അതിന്റെ ചിരി കാണുമ്പോൾ ഛർദ്ദിക്കാൻ തോന്നും - വൃത്തികെട്ട പല്ലുകൾ.

വേഗത്തിൽ ഒതുക്കുകൾ കയറുന്ന ഓപ്പോളുടെ കൂടെ എത്താൻ തള്ള പാടുപെടുന്നതുകണ്ട് പത്മിനിക്കു ചിരിവന്നു.

ഭാനു ഓപ്പോൾ എന്നു വന്നാലും തള്ളയ്ക്കു രണ്ടുറുപ്പിക കൊടുക്കും. അതിന്റെ അന്തസ്സ് വല്യേടത്തെ തറവാടിനാണത്രേ.

ആദ്യമാദ്യം അവൾക്കും ആഗ്രഹം തോന്നിയിരുന്നു. ഒരു രൂപ കിട്ടിയിരുന്നെങ്കിൽ!

അപ്പോഴൊക്കെ സ്കൂളിനടുത്തുള്ള ജോസഫിന്റെ കടയിലെ കുണുക്കുകൾ അവളുടെ സ്മൃതിപഥത്തിൽനിന്നും കിണുങ്ങിയാടും. ഡോളിയും ശൈലയും എത്രയെണ്ണം വാങ്ങിക്കുന്നു. ഒരു രൂപയേയുള്ളൂ.

പക്ഷേ, പത്മിനിക്ക് ഒരുറുപ്പിക തന്നാൽ വല്യേടത്തെ ഭാസ്കരന്റെ അന്തസ്സ് നാലാളറിയില്ലല്ലോ.

അവളറിയാതെ കൈകൾ കാതിലെ സ്വർണ്ണ വളയങ്ങളിൽ തിരുപ്പിടിച്ചു.

ഉമ്മറത്ത് സംസാരം കേട്ടിട്ടാവണം അമ്മയും കുഞ്ഞ്യോപ്പോളും പുറത്തുവന്നത് - ഭാനുവോ? ഈ നട്ടുച്ചയ്ക്ക്! അമ്മയുടെ മുഖം വികസിച്ചു.

“കാലോം നേരോം നോക്ക്യാ എനിക്കവടന്ന് പൊറത്തെറങ്ങാൻ കഴിയണ്ടേ? ചില്ലറ കാര്യങ്ങളാണോ അന്വേഷിക്കാൻ കിടക്കുന്നത്?”

തുടർന്ന് അവർ തന്റെ ഭാരിച്ച ഉത്തരവാദിത്വങ്ങൾ വിളമ്പാൻ തുടങ്ങി.

“ബസിനേ വന്ന്....?”

“ഏയ്. ബസു വരണങ്കിലിനീ മണിക്കൂർ രണ്ട് കഴിയണ്ടേ. ഞാൻ കടവും കടന്ന് തെങ്ങുംതോപ്പിൽക്കൂടെങ്ങട് കേറി. അത്ര ദൂരോന്നും ല്യലോ.”

“കുട്ട്യോളൊന്നും കണ്ട്ല്യേ? ആ ചെറിയതിനേങ്കിലും...”

“ഇനി അതിനേം കൂടിക്കൊണ്ടരാത്ത കുറ്റേള്ളൂ.”

ഓപ്പോളുടെ മുഖം കറുത്തു.

“അതുണ്ടോ ഈ പടിയൊന്നു കണ്ടിട്ട്.”

അമ്മ തുടരുകയാണ്. പത്മിനിക്കു ദ്വേഷ്യം വരാൻ തുടങ്ങി. ഭാമ്പോപ്പോളുടെ മുഖത്ത് കൂടുകെട്ടിയ നിസ്സംഗത!

ഒന്നു കാണാൻ....

“നിങ്ങൾക്കെത്രാൾക്കാ ആ വിചാരം.”

ഭാമ്പോപ്പോൾ പൊട്ടിത്തെറിച്ചു.

“ഞങ്ങൾക്ക് വിചാരം ല്യാണ്ടെയാണെന്ന് നെണക്ക് തോന്നുണ്ണ്ടലോ ഭാമ്പോ.”

അമ്മയുടെ ശബ്ദം തേങ്ങലിന്റെ വക്കത്തെത്തിയിരിക്കുന്നു. ഈയിടെ അങ്ങനെയാണ് - നിസ്സാരകാര്യം മതി അമ്മയ്ക്ക് കരയാൻ, കരയുമ്പോൾ മുഖത്തെ ചുളിവുകൾക്ക് ആഴം വർദ്ധിക്കുന്നു. അതു കാണാൻ പത്മിനിക്കിഷ്ടമല്ല. അതുകൊണ്ടാണല്ലോ കരയാൻ തുടങ്ങു

മ്പോഴൊക്കെ ഓരോ മായാജാലങ്ങൾ കാണിച്ചു അവൾ അമ്മയെ ചിരിപ്പിക്കാൻ ശ്രമിക്കാറുള്ളത്.

അവൾ വെറുപ്പോടെ ഭാമ്പോപ്പോളെ നോക്കി

അവളുടെ ചുട്ടുനോട്ടത്തെ അവഗണിച്ചുകൊണ്ട് ഭാമ്പോപ്പോൾ പറഞ്ഞു.

"നിങ്ങള് ആനേം അമ്പാരീം അയച്ചാലും ആ കുട്ട്യേ ഈ പടി ചവിട്ടിക്കില്യാന്നാ അവടത്തെ വാശി. ഭാര്യ വീട്ടുകാര് അപമാനിച്ചൂന്നാ പറയ്ണ്."

"ന്നാലും...."

അമ്മ പിടിവള്ളി തേടുകയാണ്.

"നിങ്ങള് ചെയ്തതും അതന്ന്യല്ലേ."

"ഭാമ്പോ...."

അമ്മയുടെ വിളി അല്പം ഉച്ചത്തിലായോ?

"നീ ഒരാള് വിചാരിച്ചാലൊക്കെ നടക്കും. അവനോന്റെ മാനം അവനോനു കാക്കണം. എത്ര കൊറഞ്ഞാലും ഞങ്ങളും കഴീണുണ്ടല്ലോ ഇവിടെ. അതുപോലെ രണ്ടീസം... ഇവിടെ വന്നുനിക്ക്."

അമ്മയുടെ ശബ്ദമിടറി.

എല്ലാം എന്നെ ഏല്പിച്ച് ആദ്യമങ്ങ് പോയി. അമ്മയുടെ കൈകൾ മുണ്ടിന്റെ കോന്തല പരതി.

നിമിഷങ്ങളുടെ ഇടവേളയ്ക്കുശേഷം അമ്മയെ അനുനയിപ്പിക്കാനെന്നോണം ഓപ്പോൾ പറഞ്ഞു.

"ഞാനെന്റെ സങ്കടം പിന്നെ ആരോടാ പറയ്യാ. ഇരുപത്തെട്ടിന് തറവാട്ടീന്ന് ആരും വന്നില്ലേന്ന് ചെറുമ്മക്കള് വരെ ചോദിക്ക്യാ... വീട്ട്ന്ന് എന്താ കുട്ടിക്കു കൊണ്ടോന്നത്ന്ന് ചോദിക്കുമ്പോ... നിക്കെന്റെ തൊലിങ്ങനെ പൊളിയാ."

"ഭാമ്പോ...."

അമ്മയുടെ വിളി ഉച്ചത്തിലായി.

"നിന്റെ അച്ഛൻ പോയിട്ട് മാസം നാലേ ആയുള്ളുന്നൂ നെണക്ക് ഓർമ്മണ്ടല്ലോ അല്ലേ..."

കനത്ത മൂകതയിൽ അമ്മയുടെ വരണ്ട കണ്ണുകളിലേക്ക് നോക്കി, നിറയുന്ന കണ്ണുകളെ തുളുമ്പാനനുവദിക്കാതെ നില്ക്കുന്ന കുഞ്ഞ്യോപ്പോളേയും പറഞ്ഞതല്പം ഏറിപ്പോയോ എന്നു അനുതപിക്കുന്ന ഭാമ്പോപ്പോളെയും മാറി മാറി നോക്കിക്കൊണ്ട് പത്മിനി നിശ്ചലയായി നിന്നു.

ഈ അമ്മയ്ക്കിങ്ങനെത്തന്നെ വേണം. വരുമ്പോളെന്നുമുണ്ട് ഈ പുന്നാരം.

"കുട്ട്യോളെ കൊണ്ടരായിരുന്നില്ലേ ഭാനൂ.... കുട്ട്യോളേ."

ഇവിടത്തെ ചുറ്റുവട്ടങ്ങളൊന്നും ആ കുട്ടികൾക്ക് പിടിക്കില്ലെന്നു എത്രയോ തവണ ഓപ്പോള് പറഞ്ഞിട്ടുള്ളതാണ്. അങ്ങനെ ശീലിച്ചവരല്ലത്രേ....

പിന്നെയും അമ്മ... പത്മിനി, സങ്കടത്തെ ദേഷ്യംകൊണ്ട് പുകച്ചു കളഞ്ഞു.

കുഞ്ഞ്യോപ്പോളുടെ പോലെ കരയാനൊന്നും ഈ പത്മിനിയെ കിട്ടില്ല.

അവൾ കാതിലെ വളയങ്ങളിട്ടാട്ടി മുറ്റത്തിറങ്ങി വീടിനെ ഒന്നു വലം വെച്ചു വന്നു.

ഇപ്പോൾ ഭാമ്പോപ്പോൾ അമ്മയോട് താഴ്ന്ന സ്വരത്തിലെന്തോ പറയുകയാണ്.

"നീയെന്താ ഇവിടെ വായും പൊളിച്ച് നിക്കണ്? പോയി കാപ്പി വെക്ക്." അമ്മയുടെ ആജ്ഞ കേട്ട കുഞ്ഞ്യോപ്പോള് വൈമനസ്യത്തോടെ അകത്തേക്കുപോയി.

"വരുന്ന ബുധനാഴ്ച അവരിവിടെ വരും. ഒന്ന് പറയാച്ച്ട്ട് ഓടിപ്പോരേ ഞാൻ."

അമ്മ മൗനം.

"ഇനി കഴിഞ്ഞകുറി വന്നപ്പോഴത്തെന്തി കഴുത്തിലും കാതിലും ഒന്നൂം ല്യാണ്ടെ നിർത്തിക്കോളിൻ."

അമ്മ നെടുവീർപ്പിട്ടു. പിടികിട്ടി. കുഞ്ഞ്യോപ്പോളെ പെണ്ണു കാണാൻ വരുന്നു. പത്മിനി സന്തോഷംകൊണ്ടു തുള്ളി. ബുധനാഴ്ച എന്നല്ലേ പറഞ്ഞത്? അപ്പോൾ ഇനി നാലുദിവസം കൂടിയേ ഉള്ളൂ.

അമ്മയ്ക്കിനി തിരക്കായിരിക്കും.

കുഞ്ഞ്യോപ്പോൾക്കിനി പൊറുതിയുണ്ടാവില്ല. ഒന്നിനൊക്കോണം പോന്ന പെണ്ണല്ലേ.

ഒരു ചൊവ്വാഴ്ച്യോ വെള്ള്യാഴ്ച്യോ നോട്ടണ്ടോ? ഒന്നു തേച്ചു കുളിക്ക്യേ... ഇങ്ങനെ തുടങ്ങും.

"ദേ ആ തൊടീല് നടക്കണൂ ഒരു മിനിട്ട് വീട്ടിലിരിക്കില്യാ."

അത് തന്നെപ്പറ്റിയാണെന്നൂഹിച്ച പത്മിനി നടുമുറ്റം ചാടിക്കടന്ന് അടുക്കളയിൽ ചെന്നു കയറി.

വെള്ളം തിളച്ചു മറിയുന്നതുപോലുമറിയാതെ വിദൂരതയിലലയുന്ന മിഴികളുമായി നില്ക്കുകയാണ് കുഞ്ഞ്യോപ്പോള്.

"ഇതുവരെ കാപ്പിയിട്ടില്ലേ?" അമ്മയും പുറകെ ഭാമ്പോപ്പോളും അടുക്കളയിലെത്തി.

"ഇതേ കാതിലിക്ക് വാങ്ങീന്നു പറഞ്ഞത്. ഇവൾക്കിട്ട് ഞാത്താൻ കൊടുക്ക്വേ ഇത്?"

വാതിൽപ്പൊളിയിൽ മുഖം മറച്ചുനിന്നിരുന്ന പത്മിനി വാക്കുകൾ കേട്ട് തരിച്ചുനിന്നു.

"മറ്റോളക്ക് എന്തെങ്കിലുമൊന്ന് വാങ്ങണംന്നുള്ള വിചാരം ഇപ്പഴും അമ്മയ്ക്കുണ്ടോ? ഇതിനല്ലേ ഇപ്പോ ധൃതി?"

അമ്മയുടെ മിഴികളിൽ ദൈന്യത.

എങ്ങനെയെങ്കിലും അവിടെ നിന്നൊന്നു രക്ഷപ്പെട്ടാൽ മതിയെന്നാ

യിരുന്നു പത്മിനിക്കുട്ടിക്ക്. അവൾ മെല്ലെ അവിടെനിന്ന് വലിയാൻ നോക്കി.

"അവിടെ നില്ക്ക് കുട്ടീ. ഞാനീ 'സ്റ്റാ'റൊന്നു നോക്കട്ടെ. ഇതിന് നല്ല പണി വൃത്തീണ്ടു ട്ടോ."

പത്മിനി അഭിമാനത്തോടെ നിന്നു. വല്യേടത്തെ കുട്ടികൾക്ക് മാത്രമേ പണി വൃത്തിയുള്ളത് കിട്ടൂ എന്നില്ലല്ലോ.

"പെണ്ണിന്റെ ഒരു കോലം കണ്ടില്യെ. മുടിയും അഴിച്ചിട്ട് പ്രാന്തത്ത്യോ ളന്തി ഇങ്ങനെ നടക്കും."

ഭാമ്വോപ്പോൾ മുടി വലിച്ചു ഒതുക്കിക്കെട്ടുന്നതവൾ സഹിച്ചു നിന്നു.

കാതുകളിൽ അവരുടെ വിരലുകളമർന്നപ്പോൾ തൊട്ടറട്ടി ഇഴയുന്ന തുപോലെ തോന്നി അവൾക്ക്.

കുഞ്ഞ്യോപ്പോളുടെ മുഖത്ത് നിഴലിച്ചുകണ്ട പരിഭ്രമത്തിന്റെ കാര ണമെന്തെന്നവളറിഞ്ഞില്ല.

കൊച്ചു സ്റ്റാറുകൾ രണ്ടും ഊരി വലയങ്ങൾ മാത്രം അവളുടെ കൈയിൽ വെച്ചു കൊടുത്തിട്ട് അവർ ആജ്ഞാപിച്ചു.

"അമ്മേടെ പെട്ടീല്കൊണ്ട് വെക്ക്. സ്കൂളീ പഠിക്ക്ണ കുട്ട്യോളുപ്പോ പണ്ടോം പൊന്നും ഒന്നും ഇട്ടില്ലെങ്കിലും ഒരു കൊറവൂല്ല്യ."

"നാലു ദിവസം അതിട്ടു നടന്നോട്ടെ. ഭാമ്വോ. കുട്ടീ എത്ര മോഹി ച്ചിട്ട് വാങ്ങീതാ. അമ്മയുടെ സ്വരത്തിലും സംശയത്തിന്റെ നിഴലുകളു ണ്ടായിരുന്നോ?"

എന്തോ ഓർത്തിട്ടെന്നപോലെ ഇടറിയ സ്വരത്തിൽ ഭാമ്വോപ്പോൾ പറഞ്ഞു.

"എന്റെ രണ്ടു കുട്ട്യോൾക്കും നിങ്ങള് എന്തെങ്കിലുമൊക്കെ ഒന്ന് മിന്നിച്ചു. ഇപ്പളത്തേതിനും ഒരു കുപ്പായശീലവരെ കണികാണിച്ചോ നിങ്ങള്? എനിക്കവിടെ ആള്വോൾടെ മുഖത്ത് നോക്കണം."

പത്മിനിക്ക് അച്ഛന്റെ രൂപം പെട്ടെന്നോർമ്മ വന്നു. നല്ല ഉയരത്തിൽ വെളുത്തു മെലിഞ്ഞ്.... അച്ഛന്റെ തല നരച്ചുകണ്ട ഓർമ്മയേ ഉള്ളൂ. അവൾ അച്ഛന്റെ വാക്കുകൾ ഓർത്തു.

"മോള് നല്ലവണ്ണം പഠിച്ച് മിടുക്കിയാകണം. സ്വന്തമായി ഒരു ജോലി നേടിയാൽ പിന്നെ ഒരു ബലമായി. നിനക്കു തരാൻ ഇനി അച്ഛന്റെ കൈയിൽ അനുഗ്രഹം മാത്രമേ ഉള്ളൂ കുട്ടീ."

അവൾ ചിരിച്ചുകൊണ്ട് അച്ഛന്റെ മാറിലെ വെളുത്ത രോമങ്ങൾ പിടിച്ചു വലിക്കും.

"മോള് പഠിപ്പൊക്കെ കഴിഞ്ഞ് ജോലിക്കാരിയാവുമ്പോഴേക്ക് അച്ഛ നുണ്ടാവില്ല."

"ഈ അച്ഛന്റെ ഒരു വർത്തമാനം. ഒന്നു മിണ്ടാതിരിക്കുന്നുണ്ടോ?"

അവൾ പരിഭവിക്കും.

"വെറുതെ പറയുന്നതല്ല. മോളേ, എത്ര നീട്ടിക്കിട്ടിയാലും ഇനീ എനിക്ക്..."

അവൾ അച്ഛന്റെ വായ് പൊത്തിപ്പിടിക്കും.

അച്ഛന്റെ പുറത്തിന് എന്തു വെളുപ്പായിരുന്നു! പുറത്ത് പലേടങ്ങളിലും അവൾ മെല്ലെ കടിച്ചു ചുവപ്പിച്ചിട്ടുണ്ട്.

മണിക്കുട്ടിയെയുംകൊണ്ട് അച്ഛൻ വന്നത് ഇന്നലെയാണെന്നവൾക്കു തോന്നി. അവൾക്കുവേണ്ടി അച്ഛൻ വാങ്ങിക്കൊണ്ടുവന്ന ആട്ടിൻകുട്ടിയാണ് മണിക്കുട്ടി. അതിനെ കാണാൻ നല്ല ഭംഗിയുണ്ടെങ്കിലും പത്മിനിക്ക് രണ്ടുദിവസം കൊണ്ടു മടുത്തു. അടുത്തു വരുമ്പോൾ വല്ലാത്തൊരു നാറ്റമാണതിന്, അതാണല്ലോ താമിപ്പുലയന് വളർത്താൻ കൊടുത്തത്.

മണിക്കുട്ടി ഇരട്ട പ്രസവിച്ചു എന്നു താമി വന്നറിയിച്ചപ്പോൾ അമ്മ പറഞ്ഞു.

"നീ വെല കണക്കാക്കി എന്താ ഉള്ളത് ച്ചാൽ ഇങ്ങടു കൊണ്ടുതന്നോ. താമീ, പേശാനൊന്നും ഞാനില്ല. അതിനെ നിന്നെ ഏല്പിച്ച ആള്.... ആ പണം കൊണ്ടുവേണം പത്മിനിക്കുട്ടിക്ക് കാതിലേക്കെന്തെങ്കിലും ഉണ്ടാക്കിക്കാനെന്ന് എന്നോടെപ്പഴും പറയുമായിരുന്നു."

"കുട്ടീടെ കാത് ഇന്നുതന്നെ കുത്തിക്കണം."

ആത്മഗതം കണക്കെ ഉയർന്ന ഭാമ്പോപ്പോളുടെ സ്വരംകേട്ട് പത്മിനി ഞെട്ടി. എന്തോ പറയാൻ ഭാവിച്ച അമ്മയുടെ ശബ്ദം തുടങ്ങിയേടത്തു വീണു മരിച്ചു.

അവളുടെ തലയുയർന്നില്ല. ഒരിറ്റു കണ്ണുനീർ തൂകിപ്പോകരുതെന്നു അവൾക്ക് നിർബ്ബന്ധമുണ്ടായിരുന്നു. ആലംബമറ്റ കൊച്ചുവളയങ്ങൾ കൈയിൽനിന്നും ഊർന്നുവീണത് ശ്രദ്ധിക്കാതെ, തോട്ടിറമ്പിലെ തന്റെ ഏകാന്തസ്ഥാനത്തേക്ക് അവളുടെ കാലുകൾ നീങ്ങി.

പായലിന്റെ മീതെ നടന്നു തീറ്റ തെരഞ്ഞിരുന്ന കുളക്കോഴി അവളെ ചാഞ്ഞു നോക്കി പൃഷ്ഠം ചലിപ്പിച്ച് ഓടിമറഞ്ഞു.

വേപ്പിൻ തണ്ടിൽനിന്നും രക്ഷിച്ചെടുത്ത് വെള്ളിലച്ചെടിയിൽ വിരിയാൻ വെച്ചിരുന്ന ശലഭപ്പുഴു, ചിറകുകൾ പാതിവിടർത്തി, അകാലത്തിൽ ജീവൻ വെടിഞ്ഞിരിക്കുന്നതു കണ്ട് അവളുടെ കണ്ണുകൾ ഈറനായി.

ചുഴി

പാലം കടന്നപ്പോൾ വണ്ടിയുടെ വേഗം കൂടി. പുഴയുടെ മുക്കാൽ ഭാഗവും കീഴടക്കിയിരുന്ന, വരണ്ട വെണ്മണൽ അദൃശ്യമായി. അസുഖ കരമായ വേവും ചൂടും. വണ്ടി സ്റ്റേഷനടുക്കാറായി എന്നു തോന്നുന്നു.

ശ്രീനി ഒരു വൃദ്ധനുമായി സംസാരിക്കുകയാണ്. എതിർസീറ്റിലിരി ക്കുന്ന തന്നെ ശ്രദ്ധിക്കുന്നതേ ഇല്ല അവൻ. അത്ര ഉത്സാഹത്തിലാണ്. വൃദ്ധനും പ്രായം മറന്നതുപോലെയുണ്ട്.

അവന്റെ അച്ഛനുണ്ടായിരുന്നപ്പോൾ എന്തിനെയും നേരിടാനുള്ള ആത്മധൈര്യമുണ്ടായിരുന്നു. അദ്ദേഹമുണ്ടായിരുന്നുവെങ്കിൽ മകന്റെ പ്രതിശ്രുതവധുവിനെ തേടി താൻ തന്നെ ഇത്രയുമലയേണ്ടി വരുമായി രുന്നോ?

ഏതായാലുമവൻ തന്നെ കൂട്ടുകാരിയെ കണ്ടെത്തിയതും തന്റെ പരി ഗണനയ്ക്ക് സമർപ്പിച്ചതും നന്നായി.

അവൻ താമസിക്കുന്ന വാടകവീട്ടുകാരന്റെ പൗത്രിയാണത്രെ. അച്ഛ നില്ലാത്ത കുട്ടി. മുത്തച്ഛന്റെ സംരക്ഷണത്തിലാണ് വളർന്നുവന്നത്. ഉയർന്ന ഒരു ഉദ്യോഗത്തിൽനിന്നും വിരമിച്ച ഒരാളാണദ്ദേഹമെന്നു അറി യാൻ കഴിഞ്ഞു.

ഇന്നലെയവൻ പതിവിലേറെ വാചാലനായി:

“അമ്മ എന്നും എന്റെ കല്യാണക്കാര്യം പറയാറുണ്ടല്ലോ. ഞാനൊരു കുട്ടിയെ കണ്ടിട്ടുണ്ട്. അമ്മ വന്നു കണ്ടതിനുശേഷം മാത്രം ആ വീട്ടുകാ രോട് ഇക്കാര്യം സംസാരിച്ചാൽ മതിയെന്നു കരുതി. കുട്ടിയെ എനിക്ക് ഇഷ്ടമായി. വീട്ടുകാരെയും. ഇനിയൊക്കെ അമ്മയ്ക്ക് വിട്ടുതരുന്നു.”

പെൺകുട്ടി എങ്ങനെയുള്ളവളായിരിക്കുമോ എന്തോ? കേട്ടിട ത്തോളം അവന് ഇഷ്ടപ്പെട്ട മട്ടാണ്. വലിയ പൊങ്ങച്ചമൊന്നും ഇഷ്ട

പ്പെടുന്ന ആളല്ലല്ലോ.

"മരുമകളെ അമ്മയ്ക്ക് തീർച്ചയായും ഇഷ്ടപ്പെടും എന്നല്ലേ പറഞ്ഞത്?" മകന്റെ താല്പര്യം തന്നെയല്ലേ തന്റെയും. എങ്കിലും ഒന്നും പറഞ്ഞില്ല.

അവനെ മെഡിക്കൽ കോളേജിലേക്ക് പഠിക്കാനയച്ചത് തനിക്കത്ര സമ്മതമായിരുന്നില്ല.

ചിറകിൻകീഴിൽനിന്ന് പറന്നുപോകുമോ എന്ന ഭയമായിരുന്നു തനിക്ക്. എന്നാലവന്റെയച്ഛന് തികഞ്ഞ ആത്മവിശ്വാസമുണ്ടായിരുന്നു. അഞ്ചുകൊല്ലത്തിനുശേഷം തിരിച്ചുവന്നപ്പോഴുമവന്റെ സ്വഭാവത്തിന് വലിയ മാറ്റമൊന്നും വന്നിരുന്നില്ല. അച്ഛന്റെ പാകത, വളരെ ചെറുപ്പത്തിലേ മകൻ നേടിയിരുന്നു.

തുടങ്ങിയതൊന്നും പൂർത്തിയാക്കാതെ പക്ഷേ, എല്ലാം എന്നെ ഏല്പിച്ചിട്ട് അദ്ദേഹം കടന്നുപോയില്ലേ? ആർദ്രമായ കണ്ണുകൾ മറ്റുള്ളവരുടെ ദൃഷ്ടിയിൽ പെടാതിരിക്കാൻ പുറത്തേക്കു നോക്കിയിരുന്നു. തന്റെ ജോലിയൊരിക്കലും ഉപേക്ഷിക്കരുതെന്നു അദ്ദേഹത്തിന് നിർബ്ബന്ധമായിരുന്നു.

എന്റെ അഭാവത്തിൽ നിനക്ക് അതൊരു ആശ്വാസമായിരിക്കും എന്നാണ് അതേപ്പറ്റി പറഞ്ഞത്. എല്ലാം മുൻകൂട്ടി കാണുകയായിരുന്നോ അദ്ദേഹം!

"ആരാണാദ്യം പോവുകയെന്ന് എന്താ എത്ര നിശ്ചയം?"

താൻ ചോദിക്കുകയുണ്ടായി. തങ്ങൾ തമ്മിലുള്ള പ്രായവ്യത്യാസം ഓർമ്മപ്പെടുത്തുകയാണപ്പോൾ ചെയ്തത്.

"നീ ഈ മുതുക്കനെ വിവാഹം കഴിക്കാൻ സമ്മതിച്ചു എന്നു കേട്ടപ്പോൾ എനിക്ക് വിശ്വസിക്കാൻ കഴിഞ്ഞില്ല. അതുവരെ എല്ലാ ആലോചനകളും തട്ടിക്കളഞ്ഞ ആൾ..."

താൻ ഒന്നു ചിരിച്ചെന്ന് വരുത്തി.

എല്ലാ ആലോചനകളും തട്ടിക്കളയാനുള്ള കാരണം അദ്ദേഹം ഒരിക്കലും ചോദിച്ചില്ല!

ഇന്നുമത് ഹൃദയത്തിന്റെ ഉള്ളറകളിലിരുന്ന് വിങ്ങുകയാണ്.

ഒരിക്കൽ പറയാൻ സന്ദർഭമുണ്ടായതാണ്. അപ്പോൾ പറഞ്ഞു.

"എനിക്ക് പൂർവ്വകാല കഥകളൊന്നുമറിയാൻ ആഗ്രഹമില്ല. മറ്റു വല്ലതും സംസാരിക്കാം...."

എല്ലാം പറഞ്ഞ് ഒന്ന് പൊട്ടിക്കരഞ്ഞിരുന്നെങ്കിൽ ആ വിങ്ങൽ ഇന്നും അനുഭവിക്കേണ്ടായിരുന്നു.

എല്ലാം ഇന്നലെ നടന്നതുപോലെ.

പാസായ ഉടനെ ജോലികിട്ടിയ ആഹ്ലാദത്തിൽ മുഴുകി നടന്നിരുന്ന കാലം. അന്ന് തന്റെ ഇരുപതാം പിറന്നാളായിരുന്നു. തലേദിവസം അമ്മയുടെ കത്തു കിട്ടിയപ്പോൾ കരച്ചിൽ വന്നുപോയി. കഴിഞ്ഞ പത്തൊമ്പതു വർഷവും അച്ഛനമ്മമാരുടെ അടുത്ത് ആഘോഷിച്ചിരുന്ന പിറന്നാൾ!

അല്ലെങ്കിലും അന്നൊക്കെ കരയാനും ചിരിക്കാനും അത്ര വലിയ കാരണമൊന്നും വേണ്ടല്ലോ. പകൽ മുഴുവനും സങ്കടപ്പെട്ടു നടന്നു. സന്ധ്യക്ക് പെട്ടെന്നാണ് തോന്നിയത്.

പുലർച്ചെ നാലരയ്ക്കുള്ള വണ്ടിക്കു പോയാൽ രാവിലെ പത്തുമണിയാവുമ്പോഴേക്കും വീട്ടിലെത്താം.

ഹോസ്റ്റലിലെ കൂട്ടുകാരികളോട് പറഞ്ഞപ്പോൾ അവർ കളിയാക്കി.

"ഒരു പിറന്നാളുണ്ണി.... ഞങ്ങൾക്കൊന്നുമില്ല ഇപ്പറഞ്ഞത്."

വെറുതെ മുഖം വീർപ്പിച്ചുനിന്നു. വനജ വന്ന് തോളിൽ തട്ടി.

"മോള് പൊയിക്കോളൂട്ടോ. വരുമ്പോൾ ഞങ്ങൾക്കുള്ളത് കൊണ്ടുവന്നാൽ മതി."

"ഒന്നും കൊണ്ടുവരില്ല" താൻ ശുണ്ഠിയെടുത്തു പറഞ്ഞു.

"എങ്കിൽ വേണ്ട. നാലരയ്ക്ക് ആരു വന്ന് വണ്ടി കയറ്റിത്തരും? ഞങ്ങൾക്കു ഒറക്കമൊഴിക്കാഞ്ഞ് വലിയ തരക്കേടൊന്നുമില്ല." വനജ പിന്മാറി.

"നല്ല ധൈര്യമുള്ള ആളല്ലേ? തനിയേ പൊക്കോളും."

എലിസബത്ത് കുര്യൻ പരിഹസിച്ചു.

"അതെയതേ. വലിയ ധൈര്യമാണ്. രാത്രി റൂമിൽനിന്ന് മെസ്സിലേക്ക് പോകണമെങ്കിൽ ഇരുവശത്തും പരിചാരികമാർ വേണമെന്നേയുള്ളൂ."

വിമലാ മേനോന്റെ വക:

"ഞങ്ങൾക്കെന്തെങ്കിലും കാര്യമായി കൊണ്ടുവരാമെന്ന് പ്രോമിസ് ചെയ്താൽ, നാലുമണിക്ക് വിളിച്ചുണർത്തി ഒരുക്കി വണ്ടിയിലങ്ങു കയറ്റിത്തരും."

"ആരും ബുദ്ധിമുട്ടണ്ട" എന്നും പറഞ്ഞു. തിരിഞ്ഞു നടന്നപ്പോൾ എല്ലാവരും കൂടി കൊത്തിപ്പെറുക്കുകയായിരുന്നു. ബഹളംകേട്ട് വാർഡൻ വന്നു വഴക്കു പറഞ്ഞിട്ടാണ് എല്ലാവരും കിടന്നത്.

ലേഡീസ് കമ്പാർട്ടുമെന്റിൽ വലിയ തിരക്കില്ലായിരുന്നു. ജനലരികിൽ ഇരുന്നു. കുളിർമ്മയുള്ള കാറ്റിൽ ഒന്നു മയങ്ങിയോ? കണ്ണു തുറന്നപ്പോൾ കണ്ടത് കിഴക്കിന്റെ തുടുത്ത മുഖമാണ്.

മലകൾ പ്രസവിച്ചിട്ട ആദിത്യശിശുവും വെള്ളപ്പട്ടുടുത്തു മയങ്ങിക്കിടക്കുന്ന നീലമലകളും....

സൂര്യോദയം ഇത്ര വ്യക്തമായി കാണുന്നത് ആദ്യമായിട്ടാണ്. ഞങ്ങളുടെ കുഗ്രാമത്തിലേക്ക് സൂര്യൻ കടന്നു വരുമ്പോഴേക്കും അതിന്റെ ശൈശവം നഷ്ടപ്പെട്ടിരിക്കും. ആ അപൂർവ്വഭംഗി, കണ്ണിമയ്ക്കാതെ നോക്കിയിരുന്നു.

മഴമേഘങ്ങൾ ഉദയസൂര്യന്റെ മുഖത്ത് തിരശ്ശീലയിട്ടത് തനിക്കൊരു സൂചനയായിരുന്നോ?

സ്റ്റേഷനിൽനിന്ന വണ്ടി ഏറെനേരം കഴിഞ്ഞിട്ടും പുറപ്പെടാതിരുന്നപ്പോഴാണ് എല്ലാവർക്കും ഉൽക്കണ്ഠയായത്. കുറേപേർ ഇറങ്ങി നോക്കി ആറുമണി മുതൽ ഇരുപത്തിനാലു മണിക്കൂർ നേരത്തേക്ക് ബന്ദാണത്രെ!

ഇന്നലെവരെ ഒന്നും കേട്ടില്ലല്ലോ, എല്ലാവരും ഇറങ്ങി. റെയിൽപ്പാളങ്ങളിൽ വലിയ മരത്തടികൾ തള്ളിയിട്ടിരിക്കുന്നു.

സ്റ്റേഷൻ മാസ്റ്ററോടു ചോദിച്ചപ്പോൾ അദ്ദേഹം കൈ മലർത്തി.

തന്റെ പരിഭ്രമംകണ്ട് അയാൾ ചോദിച്ചു:

“കുട്ടി തനിച്ചേ ഉള്ളൂ?”

“അതെ” ശബ്ദം പതറിയിരുന്നു. അയാൾ ഫോണെടുത്തു എന്തൊക്കെയോ സംസാരിക്കുന്നതു കേട്ടു. ഒടുവിൽ വന്നു പറഞ്ഞു:

“മൂന്നരയുടെ വണ്ടി ഒരുപക്ഷേ, വന്നേക്കും.”

തിരിച്ചു വെയിറ്റിങ് റൂമിൽ വന്നപ്പോൾ അവിടെയുണ്ടായിരുന്ന സ്ത്രീകളെല്ലാം പോയിരിക്കുന്നു.

പിറന്നാളാഘോഷിക്കാൻ തോന്നിയ നിമിഷത്തെ ഒരു നൂറുവട്ടം മനസ്സാ ശപിച്ചു. തിരിച്ചു പോകാനും നിവൃത്തിയില്ലാതായല്ലോ.

ഇനിയെന്ത്? മൂന്നരവരെ കാക്കുകതന്നെ.

രണ്ടു പോർട്ടർമാർ കുറെനേരമായി വട്ടമിട്ടു നടക്കുന്നുണ്ടായിരുന്നു. പേടി തോന്നി. പുറത്തുവന്നു നിന്നപ്പോൾ സ്റ്റേഷൻ മാസ്റ്റർ വന്നു പറഞ്ഞു:

“ഒരു വാഹനവും ഓടിക്കുന്നില്ലെന്നാണ് ഇപ്പോൾ അറിഞ്ഞത്.”

കണ്ണുകൾ നിറഞ്ഞു തുടങ്ങിയതു കണ്ടു. അദ്ദേഹം പറഞ്ഞു.

“വണ്ടി വരാതിരിക്കുകയാണെങ്കിൽ എന്തെങ്കിലും മാർഗ്ഗമുണ്ടാക്കാം. അല്ലാതെന്തു ചെയ്യും?”

പരിഭ്രമം തേങ്ങലായി മാറിയപ്പോൾ വീണ്ടും പറഞ്ഞു.

“വൈകിട്ട് ഭക്ഷണം കൊണ്ടുവരുന്ന പയ്യന്റെ കൂടെ ക്വാർട്ടേഴ്സിലേക്ക് പറഞ്ഞയക്കാം. ഇപ്പോൾ കരഞ്ഞിട്ടെന്താണ് കാര്യം? പുറപ്പെടുമ്പോൾ ആലോചിക്കണ്ടേ? എനിക്കും ഉണ്ട് ഇതുപോലെ ഒരു മകൾ. ഇപ്പോഴത്തെ പിള്ളേർക്കൊന്നും ഒരു മുന്നാലോചനയുമില്ല.”

കരച്ചിൽ വിഴുങ്ങി നിശ്ശബ്ദയായി നിന്നു.

“എവിടെയെങ്കിലും പോയി ഇരുന്നോളൂ” എന്നും പറഞ്ഞ് അയാൾ അകത്തേക്കു പോയി. ചെറിയമ്മാമന്റെ തെല്ലു ഛായയുണ്ടോ അയാൾക്ക്!

അതേ പ്രായംതന്നെ. പക്ഷേ, മുടി മുക്കാൽഭാഗവും നരച്ചിരിക്കുന്നു. വിശപ്പും ദാഹവും അനുഭവപ്പെട്ടു തുടങ്ങി. കുറച്ചു വെള്ളം കിട്ടിയിരുന്നെങ്കിൽ! ആരോട് ചോദിക്കും: എപ്പോഴും ചെന്ന് ശല്യപ്പെടുത്തുന്നത് ഭംഗിയല്ലെന്നു കരുതി സ്റ്റേഷൻ മാസ്റ്ററോട് ചോദിച്ചില്ല.

തന്നെപ്പോലെ ഒരു മകളുണ്ടെന്നല്ലേ പറഞ്ഞത്? അതുകൊണ്ടായിരിക്കും തനിക്കു അഭയം തരാൻ തോന്നിയത്.

നാളെ ആദ്യത്തെ വണ്ടിക്കു തന്നെ ഹോസ്റ്റലിലേക്ക് പോകാം. ഈ ആപൽഘട്ടത്തിൽ സഹായിച്ച സ്റ്റേഷൻ മാസ്റ്റർക്ക് അച്ഛനെക്കൊണ്ടും ഒരു എഴുത്തയപ്പിക്കണം. ഇനി വണ്ടി വരുമെന്നുള്ള പ്രതീക്ഷയില്ലാതെ സമയം തള്ളിനീക്കി.

“ങ്ങളെ വിളിക്കുന്നു.”

ഒരു കുട്ടി വന്നു പറഞ്ഞു. അവന്റെ കൂടെ ചെന്നു.

"ഇവന്റെ കൂടെ എന്റെ വീട്ടിലേക്ക് പൊയ്ക്കോളൂ."

സന്ധ്യ മയങ്ങിയിരുന്നു.

"എടാ മൊയ്തു ഞാൻ പറഞ്ഞില്ലേ ശാപ്പാടിന്റെ കാര്യം...."

ആ കുട്ടി തലയാട്ടി. മൊട്ടത്തലയും ഉണ്ടക്കണ്ണുകളും കള്ളിമുണ്ടും എല്ലാം ആ കൊച്ചു കുട്ടിയിൽ ഒരു വലിയ മനുഷ്യന്റെ ഗൗരവം വരുത്തി യിരുന്നു.

നടക്കുമ്പോൾ അവൻ ഒന്നും മിണ്ടിയില്ല. വേഗം വേഗം നടക്കുന്നു. ഒപ്പമെത്താൻ പ്രയാസം. വളരെ പിന്നിലായപ്പോൾ അവൻ നിന്നു.

"വേഗം നടക്കീ... ഞമ്മക്ക് അവിടെ ചെന്നിട്ട് നൂറ് പണീണ്ട്. രാത്രി കുടീപ്പോണ്ട്യരും."

"എല്ലാ ദിവസവും നീ വീട്ടിൽ പോകാറില്ലേ?"

"ഇല്ല" അവൻ പെട്ടെന്നു പറഞ്ഞു. സംസാരിക്കുന്നത് അവന് ഇഷ്ട മില്ലെന്നു തോന്നി.

പത്തു മിനിറ്റ് നടന്നു കാണും. മുളം പടി തുറന്ന് കടന്നത് ഒരു ചെറിയ വീടിന്റെ മുറ്റത്തേക്കാണ്. വാതിൽ തുറന്ന് അവൻ പറഞ്ഞു.

"അകത്തു കടന്ന് വാതിലടച്ചോളീ. ഹോട്ടൽ പൂട്ടുമ്പളയ്ക്കും ഞാൻ ചെല്ലട്ടെ" അവൻ ഓടി.

അന്തംവിട്ടു നില്ക്കുകയിരുന്നു താൻ. മകളുണ്ടെന്ന് പറഞ്ഞിട്ട് - ഇവിടെ ആരുമില്ലല്ലോ, ആകെ മരവിച്ചുപോയി. എന്തു ചെയ്യും? ഇറങ്ങി ഓടിയാലോ? എങ്ങോട്ട്? പുറത്തേക്കു നോക്കിയപ്പോൾ ഇരുട്ടിന്റെ കരി മ്പൂച്ചകൾ തീക്കണ്ണുരുട്ടുന്നു.

പ്രജ്ഞയറ്റ നിമിഷങ്ങൾ എത്ര കഴിഞ്ഞെന്നറിഞ്ഞില്ല. കനത്ത പാദ പതനം കേട്ടപ്പോഴാണ്. പരിസര ബോധമുണ്ടായത്. കൈയിൽ ഒരിലപ്പൊ തിയുമായി അയാൾ!

തുറിച്ചു നോക്കി.

അയാൾ ചിരിച്ചുകൊണ്ട് പറഞ്ഞു.

"ഇതു കഴിച്ചോളൂ. സല്ക്കരിക്കാൻ ഇവിടെ മറ്റൊന്നുമില്ല."

അനങ്ങിയില്ല.

"എന്താ പിണങ്ങിയോ?"

ചുമലിൽ പതിയുന്ന കൈപ്പത്തിക്ക് ഇരുമ്പിന്റെ ഭാരം.

"ഇതൊക്കെയാണു കുട്ടീ ജീവിതം." അയാൾ പിറുപിറുക്കുന്നതു കേട്ടു.

ചെറുത്തുനില്പ് പരാജയപ്പെട്ടപ്പോൾ താനൊരു ശിലയാവുകയാ യിരുന്നു.

നെഞ്ചിൽ ഉരുകാത്ത ഒരു മഞ്ഞുകട്ടി. ഒതുക്കിയിട്ടും ഒതുങ്ങാത്ത വിതുമ്പൽ.

"അമ്മേ, അമ്മേ എന്താണിത്?" ആരോ ബലമായി പിടിച്ചിരിക്കുന്നു.

കണ്ണുതുറന്നപ്പോൾ മകന്റെ പരിഭ്രമിച്ച മുഖം.

"എന്തു പറ്റി?"

“ഒന്നുമില്ല മോനേ. എന്തോ ഒരു വല്ലായ്ക.”

“ആദ്യം ഒരു ചെക്കപ്പ്. എന്നിട്ടു മതി മറ്റെന്തും.”

“വേണ്ട. വേണ്ട. വന്ന കാര്യം നടക്കട്ടെ.”

വണ്ടിയിറങ്ങി. ആദ്യം കണ്ട ടാക്സിക്കാരനെ വിളിച്ചു. മകന് ആലോചിക്കാനിടം കൊടുക്കാതെ കയറി ഇരുന്നു.

“സ്ഥലം പറഞ്ഞു കൊടുക്ക്.”

മകന്റെ ആശങ്ക നീങ്ങിയിരുന്നില്ല.

“നീ സമാധാനമായിരിക്ക്. എനിക്കൊന്നുമില്ല മോനേ.”

പ്രധാന നിരത്തുവിട്ട് വലിയ തെങ്ങിൻ തോപ്പുകൾക്കിടയിലൂടെ കുറേദൂരം ഓടി ഒരു ചെറിയ വീടിന്റെ മുന്നിൽ കാർ നിർത്തി. പരിഷ്കാരത്തിന്റെ തള്ളിച്ചയില്ലാത്ത, നല്ല പോലെ പരിപാലിക്കപ്പെടുന്ന വീടും പരിസരവും. മകന് ഇവിടം ഇഷ്ടമായതിൽ അത്ഭുതപ്പെടാനില്ല.

വാതിൽ തുറന്നുതന്നെ കിടക്കുന്നു.

ചിരപരിചിതയെപ്പോലെ ചിരിച്ചുകൊണ്ട് കടന്നു വന്ന പെൺകിടാവ് ഒരു മന്ദാരപ്പൂവിനെ അനുസ്മരിപ്പിച്ചു.

“ഇരിക്കൂ.”

അവൾ ആതിഥേയയായി.

“മുത്തച്ഛൻ യോഗ ചെയ്യുകയാണ്. കഴിയാറായി. ഇപ്പോഴെത്തും.”

വൈകിയില്ല. ടർക്കി ടവൽ പുതച്ച് പുറത്തേക്ക് വന്നയാൾ തൊഴുതു.

“ക്ഷമിക്കണം. ഞാൻ അല്പം വൈകി.”

ആര്? ചെറിയമ്മാവന്റെ മുഖഛായയുള്ള അതേ ആൾ!

തിരിച്ചുപോരുമ്പോൾ ആഴങ്ങളിൽ നിന്നെന്നപോലെ മകന്റെ ശബ്ദം കാതിൽ പതിച്ചു.

“പോയ കാര്യത്തെക്കുറിച്ച് അമ്മ അവരോടൊന്നും പറയാഞ്ഞതെന്ത്?”

മകന്റെ സ്വരം മൗനത്തിന്റെ ആഴങ്ങളിലലിഞ്ഞു.

9 789388 485890

Printed by Libri Plureos GmbH in Hamburg, Germany